या विलक्षण आत्मकथनात अँडरसनला एकांतवासात गवसलेला आनंद आणि आत्मज्ञानाविषयीचे कथन आहे. भोवतालच्या काटेकोर निरीक्षणातून अँडरसनच्या मनात सागरी विश्वाची प्रचंड ओढ निर्माण होते.

– पब्लिशर्स विकली

हे आत्मकथन वाचकांना अंतर्बाह्य बदलेल. कुटुंबाचा वर्षभराचा दुरावा तिला निर्सगासमीप नेतो आणि नवी आस जन्म घेते. ती कधी फिशमार्केटमध्ये काम करते, तर कधी मॅरेथॉनमध्ये भाग घेते. या छोट्या गोष्टीही तिच्यातलं स्वावलंबन अधोरेखित करतात. तिची ही गोष्ट वाचकांना आपल्या गरजांची पुनर्तपासणी करायला लावते. तिची ही अभिजात भेट चर्चेचा विषय आहे.

– लायब्ररी जनरल

'A Year by the Sea' या इंग्रजी पुस्तकाचा अनुवाद

समुद्राकाठचे एक वर्ष

वैवाहिक जीवनाचा नवा पैलू उलगडणारी कथा

लेखक

जोआन अँडरसन

अनुवाद

अरुंधती चितळे

मेहता पब्लिशिंग हाऊस

✆ +91 020-24476924 / 24460313 / Mob. No. 9545000513
Email : production@mehtapublishinghouse.com
Website : www.mehtapublishinghouse.com

A YEAR BY THE SEA by Joan Anderson

Translated into Marathi Language by Arundhati Chitale

समुद्राकाठचे एक वर्ष / अनुवादित आत्मकथन

अनुवाद : अरुंधती चितळे

Email : author@mehtapublishinghouse.com

प्रकाशक : सुनील अनिल मेहता, मेहता पब्लिशिंग हाऊस,
१९४१, सदाशिव पेठ, माडीवाले कॉलनी, पुणे ४११०३०.

अक्षरजुळणी : इफेक्ट्स, २१/६ब, आयडियल कॉलनी, कोथरुड, पुणे - ३८

मुद्रक : ट्रिनिटी ॲकॅडमी फॉर कॉर्पोरेट ट्रेनिंग लिमिटेड

मुखपृष्ठ : सतीश भावसार

प्रथमावृत्ती : मार्च, २०१८

किंमत : ₹ १६०

P Book ISBN 9789387789036

माझी मैत्रीण माझी आदर्श –
जी स्वत:बरोबर इतरही सर्वांचे आयुष्य विकसित करत गेली
त्या माझ्या प्रिय आईस –
त्या माझ्या आईचे व तिच्याही आईचे सुज्ञ, प्रगल्भ विचार
या पुस्तकात पानोपानी विखुरले आहेत.

पुस्तकाविषयी...

आयुष्य म्हणजे सतत विकसित होणारी एक प्रक्रिया आहे, किनाऱ्यावरील वाळूसारखी सतत बदलणारी. 'समुद्राकाठचे एक वर्ष' या कथेत एका स्त्रीने आपल्या आयुष्यातील साचलेपण कसे घालवले व आपले आयुष्य परत प्रवाही, उत्साही कसे बनवले याचे आत्मकथन अतिशय उत्कटपणे केले आहे. स्त्रियांचे साम्राज्य सोडून प्रत्येक स्त्रीने तिच्यातल्या 'स्व'च्या उत्कर्षासाठी केलेला हा अत्यंत विचारी, प्रामाणिक असा प्रयत्न आहे. असं स्वप्न खरं तर सगळ्याच स्त्रियांचं असावं.

जोआन अँडरसन यांच्या लग्नाला वीस वर्षं झाली आहेत. त्यांना दोन मुलंही आहेत. सकृतदर्शनी त्यांचा संसार सुखी आहे. नवरा नोकरी करत आहे आणि त्या घरसंसार करत लहान मुलांसाठी पुस्तके लिहितात. पण जोआन आत कुठेतरी असमाधानी आहे. घरसंसार चालवताना, नवरा आणि मुलांच्या अपेक्षा पूर्ण करताना, त्यांना आपण स्वत:चं अस्तित्व कुठेतरी हरवत आहोत असं वाटतं. या सगळ्यातून सुटण्यासाठी त्या गावातल्या त्यांच्या छोट्या घरात एकटीने जायचं ठरवतात. त्या जादुई पण कठीण अशा वर्षाचा हे पुस्तक म्हणजे एक लेखाजोखा आहे. त्यांचे त्या वर्षातले अनुभव म्हणजे सुविचारांनी भरलेला एक खजिनाच आहे. या एका वर्षात जोआन अँडरसनने आपल्या आयुष्यात अनेक असाधारण, अविस्मरणीय बदल घडवून आणले. स्वत:तील सुप्त गुण ओळखण्यासाठी, स्वत:ला नवसंजीवन देण्यासाठी, स्वत:तील एका अपूर्ण स्त्रीला पूर्णत्वास नेण्यासाठी लेखिकेने जी धडपड केली, ती अन्य कुठल्याही स्त्रीला स्वत:ला जाणून घेण्यास उपयोगी पडेल.

आपले एवढ्या वर्षांचे वैवाहिक आयुष्य आपल्या काही भावनिक गरजा पुरवण्यास अपुरे आहे, ही लेखिकेला झालेली जाणीव खरंतर

अनेक स्त्रियांच्या आयुष्यात येतच असते. स्वतःच्या सकृतदर्शनी सुखी आयुष्याविषयी शंका घेतली, तर स्त्रीमध्ये एक अपराधीपणाची भावना जागृत होते आणि हीच भावना त्यांना यशाकडे, पूर्णत्वाकडे नेणाऱ्या आनंदात आडकाठी आणते.

या वर्षात जोआनने स्वतःचा शोध घेता घेता केप कॉर्ड शहराच्या ऋतूंचाही अभ्यास केला. त्यांच्या या साहसातूनच एका सामान्य स्त्रीचे हिकमती, चैतन्यमयी अशा असाधारण स्त्रीत रूपांतर झाले. अर्थात हा शोधाचा प्रवास प्रत्येक स्त्रीने आपापलाच करायचा आहे. 'समुद्राकाठचे एक वर्ष' हे पुस्तक तुमच्या या प्रवासात नक्कीच मार्गदर्शक ठरू शकेल. कधी कधी दुसऱ्यांच्या अनुभवातूनही शहाणपण शिकता येते. एका वाचकाने तर या पुस्तकाची तुलना प्रिय मित्राबरोबर होणाऱ्या संवादाशी केली आहे. काही स्त्रियांनी ही कथा आपल्या प्रिय मित्र-मैत्रिणींशी चर्चेसाठी निवडली आहे. या पुस्तकाविषयी चर्चा करताना खालील काही प्रश्न चर्चेत जरूर घ्या. जोआनची ही प्रेरणादायी कथा आपल्या आयुष्यात कशी उत्प्रेरक होऊ शकते, याचा जरूर विचार करा.

❖

There is a tide in the affairs of men,
Which, taken at the flood, leads on to fortune;
Omitted, all the voyage of their life
Is bound in shallows and in miseries.
On such a full sea are we now afloat;
And we must take the current when it serves,
Or lose our ventures.

– Shakespeare, Julius Caesar,
Act IV, Scene 3

अनुक्रमणिका

ओहोटी

सप्टेंबर

*मनात उद्‌भवलेल्या अनेक न सुटलेल्या कोड्यांशी संयमाने
वागा. अनुत्तरित प्रश्नांवर प्रेम करायला शिका.
सगळ्या प्रश्नांची उत्तरे शोधत बसू नका,
ती मिळत नाहीत कारण तुम्ही तसे जगत नाही.
खरं गम्य आहे ते सर्वस्वाने प्रश्नांसकट जगण्यात.
कदाचित तेव्हाच हळूहळू तुमच्याही नकळत तुम्ही जगायला
शिकाल. आणि अशा एखाद्या सुदिनी तुम्हाला तुमच्या
सगळ्या प्रश्नांची उत्तरे सापडतील.*

– *Rainer Maria Rilke,* LETTER TO A YOUNG POET

सकृद्दर्शनी वेगळं व्हायचा निर्णय तसा अचानकच झाला. माझा नवरा त्या दिवशी घरी आला तो नवीन नोकरीची बातमी घेऊनच. नवी नोकरी कोसो दूर होती. पण त्याचे इतर अनेक फायदे तो कितीतरी वेळ सांगतच होता. त्याच्या या उत्साहाला माझा प्रतिसाद अगदी थंडच होता. पहिलाच विचार मनात आला, तो त्याच्याबरोबर न जाण्याचा आणि माझा मलाच धक्का बसला. हा असा विचार मी कसा करतेय? मला न जाण्याचे कारणही काही नाही. मुलांसाठी राहायचं तर दोन्ही मुलं मोठी झाली आहेत. आपापली स्वतंत्रपणे जगत आहेत. राहतं घर सतरा वर्षे राहून राहून जुनं झालं आहे. माझा व्यवसाय, नोकरी, काखोटीला मारून फिरता येण्यासारखी. मग हा सारा राग, हा नकार – का व कशासाठी?

सत्य समजायला अजिबात वेळ जावा लागला नाही. माझी खरं तर इच्छाच नव्हती त्याच्याबरोबर जाण्याची आणि तेवढी ताकदही शिल्लक नव्हती माझ्यात. शिळ्या संसाराच्या कढीला नवीन जागेची नवी फोडणी घालून कढ आणण्याचा विचार खरं तर फारसा वाईट नव्हता. पण प्रत्यक्षात न जाण्याचे कारण मात्र माझ्या मनाने वेगळंच दिलं. केप कॉर्डला असलेल्या जुन्या घराची जरा डागडुजी तिथे राहूनच करावी हा विचार स्पष्टपणे मांडल्यावर माझी मीच चमकले आणि स्वत:वरच खूश होत आपली पाठ थोपटली.

या माझ्या कृतीने मी कायद्याने विभक्त होऊ शकत नाही याची जाणीव मला पूर्णपणे होती. पण तेवढीच थोडीशी बंधनातून मुक्तता, मोकळा श्वास घेण्याचं स्वातंत्र्य, हे माझं स्वातंत्र्य औटघटकेचंच आहे हे खासच!

नवऱ्याच्या चेहऱ्याकडे नजर गेल्यावर लक्षात आलं. तो तसा कोराच आहे. किंबहुना किंचित आनंदीच आहे. पण सभ्यतेचे सारे नियम पाळून आम्ही आमच्या भविष्याविषयी आराखडे आखत बसलो. सामानाची कशी विल्हेवाट लावायची यापासून ते मित्रपरिवारांत ही बातमी कशी सांगायची इथपर्यंत. मित्रपरिवार तसा चांगलाच आश्चर्यचकित झालेला. मात्र मित्रपरिवारांसोबतचा निरोप समारंभ खूपच छान झाला. मुलांनी काढलेल्या लहानपणीच्या गोड आठवणीत सारेच जण अगदी बुडून गेलो. या घराच्या साक्षीने एकमेकांसोबत घालवलेले सुखदु:खाचे क्षण आठवण्यात वेळ कसा गेला काही कळलेच नाही.

दिवा बंद करून सतरंजीवर पाठ टेकताच माझ्या भवितव्याचं प्रश्नचिन्ह डोळ्यांसमोर उभं ठाकलं. शेजारी नजर टाकली. नवरा पाठ करून शांत झोपला होता. हळूच कूस बदलून डावा हात त्याच्या अंगावर टाकला. का कोण जाणे, मन कालवलं, डोळ्यांच्या कडा ओल्या झाल्या. किंचित थोडी पुढे सरकले, वाटलं तो आता कूस बदलेल, कदाचित मला कुशीतही घेईल. तो हललाही, पण क्षणार्धात घोरायला लागला आणि मी त्याच्या घोरण्याची अंगाई ऐकत स्तब्ध झाले.

अशा अनेक रात्री, त्याच्या शेजारी आडवं पडून मी अशीच स्तब्ध असे. त्याच्या मनात कसले विचार चालले असतील याचा वेध घेत बसे. त्याचं लहानपण बरंच अंध:कारमय होतं. दारूच्या व्यसनापायी कुटुंबाची वाताहत झाली होती. त्याच्या वयाच्या बाराव्या वर्षीच त्याच्या इच्छेविरुद्ध त्याला बोर्डिंग स्कूलला ठेवण्यात आलं होतं. तरुणपणी आम्ही एकमेकांच्या प्रेमात पडल्यावर मी त्याला या साऱ्या दु:खद आठवणींपासून दूर नेण्याच्या सतत प्रयत्नात होते; पण बहुतेक वेळा अपयशच पदरात पडत होतं. एखाद्या पिंजऱ्यात अडकलेल्या पक्ष्याला पिंजराच नंतर प्रिय वाटावा, तसं आपल्याच भावनिक विश्वात तो रममाण झालेला असे. त्याच्या या अतिरेकाने माझा मात्र नुसता चडफडाट होत असे. कधी कधी तोल सुटून मी त्याच्या अंगावर ओरडतही असे, ''तू कायम आपला स्वत:च्याच तालात मग्न असतोच. माझ्याकडे कधी लक्ष देतोस का? मलाही काही गरजा आहेत.'' माझ्या या आरडाओरड्याचा हातात पुस्तक घेऊन खुर्चीवर बसलेल्या त्याच्यावर परिणाम शून्य! पुस्तकातली नजर वर करत हा अतिव्यवहारी, अप्पलपोटी एवढंच म्हणणार, ''अगं, खऱ्या गरजा दोनच – डोक्यावरचं छप्पर आणि

पोटातली भूक.'' आणि या वास्तववादी उत्तरापुढे माझ्या रागाचा पारा शून्यावर येत असे.

पण कधीतरी माझ्याविषयीची असूया त्याच्या बोलण्यात प्रगट होत असे. बहुतेकदा ती वेळ मित्रमंडळींना घरात जमवून पार्टी असे तेव्हाची असे. मित्रमंडळींबरोबर गप्पागोष्टी, हास्य विनोदात रमलेली मला बघून तो लगेच उद्गारे, ''तुझं आयुष्य किती रंगीत आहे आणि मी मात्र जगतोय फक्त काळ्या-पांढऱ्या रंगासमवेत.''

''का पण! तू का नाही आपल्या आयुष्यात रंग भरत?'' या प्रश्नांना केवळ नीरव शांतता हेच एक उत्तर. या एकसुरी आयुष्याचा कंटाळा येऊनही मी काही करू शकत नव्हते. अन् त्याला कारण होता माझा स्वभाव. स्वत:तला 'स्व' विसरून जगण्यात मला भूषण वाटत होतं. दुसऱ्याच्या चेहऱ्यावर आनंद दिसेपर्यंत आपल्याकडील सर्व काही देत राहणं, हे माझं आता व्यसनच झालं होतं. कधीतरी उफाळून येणाऱ्या माझ्या क्षुल्लक गरजा त्याच्या दृष्टीने कधीच पुऱ्या न करण्यासारख्या किंबहुना हास्यास्पदही होत्या. त्याने त्याच्या आयुष्यातून 'आनंद' पार हद्दपार केला होता. माझे त्याला पुनरुज्जीवित करण्याचे सगळे प्रयत्न निष्फळच होते.

कुटुंबप्रमुख म्हणून त्याची सारी कर्तव्ये तो बिनचूक पार पाडत होता; पण मला रुचणारं सहजीवन हे नव्हतं. मला माझ्या आयुष्याच्या जोडीदाराबरोबर सुखदु:ख वाटून घेत मजेत आयुष्य जगायचं होतं. त्याने हसतखेळत असावं, बंदिस्त आयुष्यातून बाहेर यावं, आयुष्याचा मोकळेपणे उपभोग घ्यावा, म्हणून मी वरचेवर मित्रमंडळ जमवून घर हसतखेळत ठेवण्याचा प्रयत्न करत असे. ज्याच्यासाठी हा खटाटोप त्याच्या दृष्टीने मात्र हा सारा धांगडधिंगा होता. एकदा तर तो माझ्यावर जोरात ओरडलाही, ''तुला जर या धांगडधिंग्यातून काही नावीन्याची अपेक्षा असेल तर ती साफ चूक आहे. तुझी नावीन्याची ओढ आणि हा नको इतका फसफसणारा उत्साह तुला घराबाहेरच सापडेल.''

हो, मी ते सारं घराबाहेरच मिळवायचा प्रयत्न केला. मेन (maine) मधल्या साहित्यविषयक चर्चांना गेले. येताना भरपूर ओळखी व नवीन पुस्तकांचे करारही केले. माझं वैयक्तिक आयुष्य माझ्या साहित्यिक विश्वात पार मिसळून टाकण्याचा प्रयत्न केला. पण नाही, ते आपलं कायम अष्टांगुळ उरलंच आणि त्याबरोबरच माझ्या इच्छा, आकांक्षा!

आणि आजच्या रात्री माझ्याकडे पर्याय आहे फक्त हे सहजीवनच तात्पुरतं नाकारण्याचा. जो मी सद्य:स्थितीत पर्याय म्हणून निवडला आहे. उद्याची सकाळ ही माझ्या आयुष्याची नवीन सकाळ असेल. नवऱ्याकडे पाठ करत, माझ्या उष:कालाची स्वप्न बघण्यासाठी मी माझे डोळे बंद केले.

सकाळी डोळे उघडले, तर पाच वाजले होते. पॅक केलेलं सामान आपापल्या गाड्यांमध्ये भरायचं होतं. हो, दोन गाड्यांत. त्याचं त्याच्या गाडीत आणि मग माझं? अजूनही माझा निर्धार कायम होता. तसं मी त्याला बोलूनही दाखवलं. त्यावर माझ्या प्रेमळ नवऱ्याचं उत्तर अगदी तत्क्षणीच आलं. दातओठ खात तो उत्तरला, ‘‘ही भव्यदिव्य कल्पना तुझीच. मला आता निघायला हवं. उशीर होतोय. तुला काय स्वत:चं स्वत: जगायचंय, ते जग तू. निघतो मी.’’ एवढं बोलून पाठ वळवून मागे न बघता तो गाडीत बसून निघून गेला.

हा घाव मला चांगलाच वर्मी लागला. हवा गेलेल्या फुग्यासारखी मी माझ्या गाडीवर कोसळले. माझ्या हतबलतेने मला रडायला भाग पाडलं. असा किती वेळ गेला, कोण जाणे. माझ्या बाजूला कोणीतरी उभं आहे याची जाणीव होताच अश्रू थोपवत मी वर बघितले. माझ्या सख्या शेजारिणी माझ्यासाठी कॉफी व सँडविच घेऊन उभ्या होत्या. माझ्याचसारख्या, माझ्या सख्या. पिंजऱ्यात अडकलेल्या; पण सुटू न शकणाऱ्या. त्यांच्या नजरेत माझ्या हिमतीचे कौतुक होते. एक दोघींनी ते उघडपणे बोलूनही दाखवले. मी फक्त निकराने गालावरून वाहणारे अश्रू थोपवण्याचा प्रयत्न करत होते आणि धडपडत होते, या कौतुक सोहळ्यातून बाहेर पडण्यासाठी. हो, कदाचित हा सोहळा माझं पुढे पडलेलं पाऊल मागे खेचण्यात यशस्वी होईल. हो, कारण या माझ्या मैत्रिणी, माझ्या अंधाऱ्या आयुष्यातला हमखास असा उजेड होता. त्यांच्या स्नेहाचे धागे मला रोखू शकत होते. पण नाही, मी निर्धारपूर्वक माझ्या व्होल्व्होचा दरवाजा उघडला आणि गाडीत नजर टाकली. ती पुष्कळशी पुस्तकांनी भरलेली होती. पेपर, काही अर्धवट झालेलं लिखाण, इतर साहित्यिकांचं साहित्य यांनी बाकी जागा व्यापली होती. नजर हटवून मी गाडी चालू केली. पहिल्यांदा मला बँकेत जायचं होतं. माझ्या लिखाणातून मिळालेली माझी तुटपुंजी मिळकत तिथे होती. घरचा

सारा खर्च जरी तोच करत असला, तरी मुलांचं शिक्षण, टॅक्सेस व घरातील इतर छोटे खर्च माझ्या याच मिळकतीतून मी करत होते.

गाडीने आता वेग घेतला. मी सतत मलाच बजावत होते की "जोआन, तू बरोबर वागते आहेस. हे पुढे पडलेलं पाऊल पुढेच पडू दे. तू बरोबर आहेस." समोर टोलनाका आला. टोल भरून मी पुढे निघाले आणि अचानक माझ्या स्नायूंना शिथिलता आली. मनाचा शरीराचा ताणलेपणा सैलावला. स्वातंत्र्याची झुळुक उघड्या खिडकीतून मला स्पर्शून गेली. शेवटी आज मी माझ्या मार्गाने जायचे साध्य केलेच. पूर्वीही काही असफल प्रयत्न मी केलेच होते. पण त्यातल्या चुका सुधारत आज मी माझं स्वातंत्र्य मिळवलंच. मला अचानक असं वाटू लागलं की, मी दुष्ट, कारस्थानी बाई आहे. पण असं म्हणावं, तर माझ्याशी निगडित अवलंबून असणारी माणसं तर आपापल्या जागी सुखात आहेत. का ती तशी असणं हा माझ्याच प्लॅनचा एक भाग आहे? हे स्वातंत्र्य मिळवण्यासाठी मी फार पूर्वीपासूनच तयारी करत होते का? माझ्या मोठ्या मुलाच्या मागे लागून मी त्याला लवकरच लग्न करायला लावले. धाकट्याला माझी हिऱ्याची अंगठी 'तुझ्या बायकोसाठी' म्हणून आधीच देऊन टाकली. हे सारं कशासाठी? मला न मिळालेला आनंद त्यांना लवकर मिळावा म्हणून, की मलाच साऱ्यांतून सुटका हवी होती म्हणून?

खरं तर मुलांची लग्नं ही किती आनंददायी घटना. वातावरणात भरून राहिलेला तो रोमान्स, नावीन्याची सळसळ, नातेवाइकांचे हास्यविनोद, तयारीची लगबग सारंच अगदी मोहमयी. मीही हे सारं अनुभवलं. अगदी आई-वडील म्हणून तोऱ्यात मिरवूनही घेतलं. पण अक्षता टाकल्यानंतर पुन्हा येरे माझ्या मागल्या. मुलांची लग्नं होऊन ती आपापल्या उद्योगाला गेली आणि लक्षात आलं, मुलांमुळे आम्हाला बांधून ठेवणारा जो बंध होता, तो नाहीसा झाला. आम्हाला बांधून ठेवणाऱ्या या रेशीमगाठी हळूहळू सुटतच चालल्या होत्या आजकाल.

अगदी आमचा लाडका बोकासुद्धा एका रविवारी आम्हाला सोडून गेला. आम्हा दोघांना बांधून ठेवणारा कोणताही समान धागा आता शिल्लक राहिला नव्हता. विचार! विचार!! आणि विचार!!! विचार करकरून माझं डोकं गरगरायला लागलं होतं. मी गाडी बाजूला पार्क केली आणि पेन व पेपर समोर ओढला.

माझी गाडी आणि मी, आमचा प्रवास पुन्हा सुरू झाला. विचारांना अक्षररूप दिल्याने मला जरा हलकं हलकं वाटायला लागलं. मी गाडीतला रेडिओ लावला. छानसं संगीत मला स्फूर्तिदायी वाटलं. तरीही आत कुठेतरी काहीतरी खुपतच होतं.

विवाहबंधनातून जो प्रथम बाहेर पडतो तो कायम चूकच असतो. जो सहनशीलता दाखवतो किंवा दुर्लक्ष करतो तो मात्र सामाजिक सहानुभूतीला पात्र असतो. म्हणूनच मला वाटतं, सारे पुरुष जे विवाहबंधनातून सुटण्यासाठी आतुर असतात ते कधीच प्रथम पाऊल उचलत नाहीत. बायको कधी हालचाल करते याचीच वाट बघतात. अर्थात आमच्या बाबतीत काही वेगळ नव्हतं. मुलांना कळल्यावर ते सर्वात जास्त काळजी करतील ते त्यांच्या वडिलांची. कारण त्यांच्या नजरेत तो सोशिक, शांत, जबाबदार व प्रामाणिक असा माणूस होता. त्याच्या चुका मुलांसमोर कधी आल्याच नाहीत. किंबहुना त्या चुका त्यांना कळण्यासारख्याही नव्हत्या. याउलट मी होते. निदान मुलांच्या नजरेत. मुडी, जराशी फटकळ, दुसऱ्याच्या आनंदावर अवलंबून असणारी, कधी कधी चिडून आरडाओरडा करणारी. किती विचार करतेय मी! पुरे आता.

म्हणता म्हणता मी माझ्या शहरापासून बरीच लांब आले. हायवेची पाटी समोर दिसताच मला मी बराच रस्ता कापल्याची जाणीव झाली. माझा नवरा व मी यांच्यात अक्षरश: मैलांचं अंतर पडलं होतं. तसा तो काही एवढा वाईट नव्हता. माझ्या अंगावर ओरडत नव्हता किंवा मला मारझोड करत नव्हता. पण मग... नाही जोआन, या वेळी तू हवं ते साध्य केलं आहेस. नक्कीच. मी स्टिअरिंगवर हात आपटून त्यावर शिक्कामोर्तब केलं. त्या क्षणीच समोर पाटी दिसली 'न्यू हेवन'. हो, तेच न्यू हेवन, जिथे मी आणि माझा नवरा प्रथम भेटलो. गाडीला ब्रेक लावून मी गाडी वळवून येल युनिव्हर्सिटीच्या गेटच्या आत घेतली, भूतकाळातील काही क्षण पुन्हा वेचण्यासाठी. समोरच कॅफेटेरिया दिसला. जिथे आम्ही दोघांनी कित्येक तास कॉफी पीत एकत्र घालवले होते. बाजूलाच विटकरी रंगाची नाट्यशाळा होती, ती तशीच उभी होती. त्याच्या भिंतीला टेकून काही तरुण जोडपी एकमेकात मश्गुल होती. पूर्वी आम्ही गप्पा मारत असू तसेच. त्याला वळसा घालून मी आणखी पुढे गेले. हॉस्टेलच्या इमारतीसमोर जरा थांबले; जिथे माझी एकेकाळी रूम होती. आजूबाजूला नजर टाकली.

कॉलेजच्या नवीन वर्षाच्या सुरुवातीला असणारा उत्साह, लगबग सगळ्या वातावरणात भरली होती. अगदी आमच्या वेळेला होती तशीच आणि अचानक मला आठवला तो क्षण, ज्याने माझ्या आयुष्याला एक वेगळं वळण लागलं. आमच्या प्रेम-प्रकरणात गहिरे रंग भरू लागले आणि त्याने माझ्या आयुष्यातून निघून जाण्याचा निर्णय घेतला. पण मी माझा नवरा म्हणून त्याची कधीच निवड केली होती. मी त्याच्यामागे जाऊन त्याला विश्वासात घेतलं आणि आमची लगेच एंगेजमेंट झाली. त्याच्या आईने दिलेली अंगठी त्याने मला घातली. आज त्या प्रकरणाकडे वळून बघता आमचं लग्न एक पद्धतशीर अॅरेन्ज्ड मॅरेज होतं. अॅरेन्ज्ड बाय मी. त्याच्या घरातील मी एक नवी सदस्य होते. माझे आई-वडील त्यांच्या जावयावर खूश होते. कारण होतं, त्याचं मोठं घर व डॉक्टर वडील. त्याच्या पालकांची व्यसनाधीनता मात्र या मोठ्या घरात व डॉक्टरकीत दुर्लक्षितच राहिली. दिसतं तसं नसतं हेच खरं!

माझ्या मागे जोरात हॉर्न वाजला. अरेच्चा! हिरवा सिग्नल असूनही मी मात्र गाडी थांबवून उभीच होते. पुढे चला असे म्हणणाऱ्या त्या हॉर्नचे मी आभार मानत पाय अॅक्सलेटरवर दाबला. मागचं मागे टाकत मला आता फक्त पुढेच जायचं आहे. माझी गाडी आता माझ्या भविष्याकडे धावत होती.

माझं छोटंसं गाव केप कॉर्ड आता अगदी टप्प्यात आलं होतं. अगदी लहान असल्यापासून बहुतेक प्रत्येक उन्हाळ्याची सुटी मी इथेच घालवली होती. इथले रस्ते, गल्लीबोळ मला चांगलेच माहीत होते आणि माझं ते प्रिय छोटं घरकुल. ते आता फारच जुनं झालं होतं. पण शांतता, स्थिरता नक्कीच देऊ शकत होतं. जुन्या घरकुलात आता नवी सुरुवात होणार. वेंडिल बेरी (Wendell Berry) चं एक सुभाषित आमच्या या घराच्या दारावर लिहिलेलं होतं – 'तुम्ही नक्की कुठे आहात हे जर तुम्हाला माहीत नसेल, तर तुम्ही कोण आहात याची जाणीवही तुम्हाला नक्कीच नसणार.' इथे आल्यावर नेहेमीच मला माझ्यातली 'मी' सापडत असे किंवा माझ्यातली मी इथे आल्यावर क्रियाशील असे. मुलगी, बहीण, बायको, आई इत्यादी साऱ्या नात्यांचे पाश मागेच सोडत मी केवळ 'मी' म्हणून जगण्याचा आनंद इथेच घेतला.

माझ्या वडिलांच्या मृत्युनंतर त्यांचं दफन इथल्याच स्मशानभूमीत

झालं. 'अँडरसन' (Anderson) नाव कोरलेला तो दगड मला या गावाशी बांधून ठेवतो आहे. तो बघताना केप कॉर्डचा आपलेपणा तनामनात झिरपत राहतो. लहानपणी आम्ही जेव्हा इथे यायचो, तेव्हा खूपच उत्साही असायचो. वडिलांच्या जुन्या गाडीत मी आणि माझा भाऊ मागच्या सीटवर बसून ओळखीच्या खाणाखुणा शोधत असू. रस्त्याच्या कडेची माती, त्याचा बदलत जाणारा रंग, हळूहळू वाढत जाणारं वाळूचं प्रमाण. मग अचानक गाडीसमोरून उडत जाणारा एखादा समुद्रपक्षी आणि मग समोर येणारा तो पूल, जो बघितल्यावर आमच्या आनंदाला पारावार राहत नसे. कारण तो ओलांडल्यावर येत असे आमचं छोटंसं प्रिय घरकुल!

समोर नजर जाताच दिसला तो ब्रिज. हो तोच तो! म्हणजे माझ्या विचारात मी इतकी गुंग होते की, इथपर्यंत मी कधी पोहोचले कळलंच नाही. आता फक्त दुपारच होत होती. घरी जाऊन मी काय करणार होते, तसंही मला कसलंच बंधन नव्हतं किंवा घरी कोणी माझी वाट पाहत नव्हतं. त्याऐवजी समुद्रावर जाण्याचा मी विचार केला. समुद्रपक्षी लाटेवर स्थिरावण्याआधी नुसता गोल गोल चकरा मारतो. माझीही तशीच स्थिती होती. एकटेपणा व अनिश्चित भविष्याची सुरुवात करण्याआधी समुद्रकिनारी जाऊन मनाला जरा ताजेतवाने करण्याचा निर्णय मी घेतला.

माझ्या नेहमीच्या जागेवर गाडी पार्क करून मी जोडे गाडीतच काढले आणि ओल्या वाळूवर पळत सुटले. पुढे आपण काय करणार आहोत याचा काहीच आराखडा मनात तयार नव्हता. मग हा आत्ताचा क्षण तरी चांगला घालवू या. Thoman Merton ने म्हटलंच आहे की, निसर्गाच्या – विशेषत: झाडांच्या सान्निध्यात कोणतेही मानसिक ताणतणाव नाहीसे होतात. यात मी समुद्र व त्याकाठी असणाऱ्या वृक्षांचाही समावेश करेन. या समुद्राकाठी उभे राहिल्यावर त्याची विशालता बघितल्यावर मी माझ्या छोट्या छोट्या अडचणींचा मोठा डोंगर करत असल्याची मला जाणीव होत होती. या निसर्गाच्या सान्निध्यात मला अगदी शांत आपल्या माहेरी आल्यासारखं वाटत होतं. किती सुखद दृश्य होतं सारं. खळाळणारा समुद्र, डाव्या हाताचा सर्वांना मार्गदर्शक असा दीपस्तंभ, पायाखाली ओलसर वाळू आणि माझ्या डोक्यावर भिरभिरणारं हे एक मोठं फुलपाखरू. अरे पण हे अजून इथे कसं? फुलपाखरं कधीच स्थलांतरित होतात. ही वेळ त्यांच्या इथे नसण्याचीच आहे. हेच एक चुकार इथे काय करतंय? का

माझ्यासारखाच समुद्राकाठी त्यालाही अधिक वेळ हवा आहे? मी जरा पुढे जाऊन उभी राहिले. जिथे पाण्याचा फेस अडकल्यासारखा थांबला होता. आताची वेळ ओहोटीची होती. काही ठिकाणी समुद्र स्थिरावल्यासारखा वाटत होता. वारा वाहत नव्हता. त्यामुळे लाटांच्या उसळण्यात अजिबात शक्ती नव्हती, पण समुद्रात पोहायला जाण्याइतकं स्थैर्यही नव्हतं.

भरतीची वेळ ही मी व माझ्या बहिणीची समुद्रावर जाण्याची आवडीची वेळ. त्यांचं तिथे एक लहानसं घर होतं. आम्ही लहान असताना वारंवार तिथे जात असू. त्यांच्या घराच्या खालच्या भागाला बराच मोठा खोलगट भाग होता. जिथे भरतीच्या वेळी पाणी येत असे आणि त्या साचलेल्या पाण्यात आम्ही यथेच्छ पोहत असू. अगदी समुद्राशी काही जुनी होडकी ठेवलेली असत. भरतीच्या वेळी पाण्याचा प्रवाह त्या होडक्यांना थपडा मारत पुढे पुढे लोटत असे. घराच्या अंगणात होडक पोहोचेपर्यंत त्यात बसून राहायचं हा आमचा एक आनंददायी खेळ होता.

सोसाट्याच्या वाऱ्या-वादळात समुद्रावर बोटी अगदीच कमी असत. ती वेळ आम्ही समुद्रकिनारी हुंदडण्यात घालवत असू. ते खारट पाणी, समुद्रवेलींचं शरीराला कुरवाळणं, तो भन्नाट वारा, समुद्राचं रौद्रभीषण गाणं... वेळ कसा जात असे लक्षातच येत नसे. या आमच्या आनंदाला गालबोट लागत असे, ते नंतर कोणालातरी होणाऱ्या सर्दी-पडशाने किंवा पायाला खेकडे चावून झालेल्या जखमांमुळे. पण ओहोटीची वेळ अशी नसते. ओहोटीला मागे मागे जाणाऱ्या समुद्राकडे बघण्याशिवाय आपण काहीच करत नसतो. ओहोटी ही एखाद्या वेळेस समुद्राची विश्रांती तर नसेल? की काहीच न करण्याची त्याची हतबलता असेल? मी मला स्वत:ला असं हतबल कधी कल्पनेतही बघितलं नव्हतं. पण आज मात्र काहीशी निराश, योजनाहीन, संदर्भहीन, भविष्याची काहीच कल्पना नसलेली अशी मी, या माझ्या प्रिय समुद्रकिनारी उभी आहे. हतबलतेच्या काठावरच ना म्हणजे? या सर्द खारट वातावरणात सारं किती शांत-शांत आहे. मी एक भरभरून श्वास घेतला आणि वाटलं असंच मोकळ्या मनाने आपल्या समोर जे काय येणार आहे, त्याचा स्वीकार करूया.

सीलची हाक

ऑक्टोबरची सुरुवात

एखाद्या नवीन मिळालेल्या ज्ञानाने शांत, धीरगंभीर अशा जाणिवेची अनुभूती मिळते. त्या अनुभवाने एखाद्याचे भावविश्व बदलते, मानसिकता बदलते. म्हणूनच प्रत्येक नवीन अनुभव डोळसपणे समजून घेतला पाहिजे. अशा अनुभवात एखाद्या व्यक्तीत आमुलाग्र बदल घडवून आणण्याची ताकद असते.

– Clarissa Pinkola Estes,
WOMAN WHO RUN WITH THE WOLVES

पहाटे पहाटे पक्ष्यांच्या किलबिलाटाऐवजी पावसाच्या थेंबांनी मला जागं केलं. छपरावर पावसाच्या थेंबांनी एका लयीत ताल धरला होता. काय करावं बरं?उठावं का लोळतच पडावं? नेहमीची संभ्रमावस्था.

मला आता इथे येऊन तीन आठवडे झाले होते. दिवस उगवत होता व मावळत होता. काहीही न करता. तारीख-वारही मला संदर्भहीन झाले होते. मी स्वत:ला निष्क्रिय म्हणून घेत नव्हते. पण माझं मन मला थांबायला सांगत होतं. मीच निर्माण केलेल्या या परिस्थितीवर मात करण्यासाठी मला जरा वेळ हवा होता. काहीतरी आपल्याला करायचंच आहे, याची जाणीव पूर्णपणे मला होती. पण ते 'काहीतरी' विचारपूर्वक, शांतपणे करण्याचा निर्णय मी घेतला होता. रोजचा शिरस्ता म्हणजे पोस्टात चक्कर मारणे. वाट होती, ती प्रकाशकाकडून येणाऱ्या मानधनाच्या मनीऑर्डरची. नवीन काहीच हातात नसल्याने जुन्या पुस्तकांच्या मानधनावरच माझी सध्या भिस्त होती. पोस्टातली बाई मला फार पूर्वीपासून ओळखत होती. माझी लेखिका ही ओळखही तिला होतीच. मी एखाद्या छानशा पुस्तकावर काम करायला इथे येऊन राहिले आहे, अशी तिची गोड समजूत होती.

कधी कधी मला फारच एकटेपणा जाणवत असे. आपण अजून काहीच कसं करत नाही आहोत या विषण्णेतून मन भरून जात असे. विशेषत: ज्या दिवशी नवऱ्याचा माझ्या चौकशीसाठी फोन येत असे किंवा मित्र-मैत्रिणी माझी हालहवाल विचारण्यास फोन करत. कारण त्यांच्या प्रश्नांना माझ्याकडे निश्चित असं काही उत्तरच नसे. मग त्या

एकटेपणाच्या सावल्या आणखीनच गडद होत. परवा फोनवर माझ्या एका मैत्रिणीने माझ्या या अवस्थेचं फार छान वर्णन केलं. ती म्हणाली, “जोआन, तू आत्ता एका वाळवंटात आहेस. जिथे चहुबाजूला फक्त वाळूच दिसते आहे. रस्त्याचं कुठे नामोनिशाण नाही. पण जोआन, तू तिथेच तशीच थांबून राहा. फक्त डोळे व कान उघडे ठेव. वेळ आल्यावर तो रस्ताच तुला साद घालील.” मी त्याचीच वाट पाहत थांबले आहे.

पण आत्ता या कुंद सकाळी मला एक कप वाफाळलेली कॉफी हवी आहे. मी चटकन दुलई झटकून उठलेच. स्वयंपाकघरात कॉफी करायला गेले. रिकामा कॉफीचा डबा मला वाकुल्या दाखवत होता. ऐहिक गरजांकडे जे दुर्लक्ष करणं चाललं होतं, त्याचा हा परिणाम! एवढ्या सकाळी कॉफी मिळण्याचं एकच ठिकाण होतं – जरा लांब असलेली कोळ्यांची टपरी. लहानपणापासून ती टपरी हा आम्हा साऱ्या मुलांचा आकर्षणाचा बिंदू होता. पण तिथे जाणं हे शिष्टसंमत नव्हतं. आज ती इच्छा उसळी मारून वर आली. हातात माझ्या डुगडुग्या गाडीच्या चाव्या घेतल्या अन् मी निघालेच. एवढ्या सकाळीसुद्धा पार्किंग लॉट सगळा भरला होता. गाडीतून बसलेले कुत्रे आपल्या मालकांची वाट पाहत होते. मी आत शिरताच कोळ्यांची आपापसातील बडबड एकदम थांबली. तिकडे दुर्लक्ष करून कोपऱ्यातल्या एका रिकाम्या खुर्चीवर मी जाऊन बसले. माझ्या बाजूला एका धिप्पाड रापलेल्या चेहऱ्याचा कोळी नाश्ता करत बसला होता. जरा अवघडल्यासारखंच झालं मला. इथल्या स्थानिक लोकांच्या टपरीवर माझ्यासारखी पांढरपेशी बघून तोही जरा अवघडलाच. त्याच्यावरून माझी नजर काढून घेत मी टपरीचं निरीक्षण करू लागले. पांढऱ्या भिंती, कोपऱ्यात ठेवलेल्या प्लॅस्टिक प्लेट्स, स्थानिक वर्तमानपत्रं, बाजूला ब्रेडचा ढीग. तशी जागा वाईट नव्हती. तेवढ्यात एका ग्लासात पोऱ्याने मला वाफाळलेली कॉफी आणून दिली. मी हरखलेच. आश्चर्याच्या धक्क्यातून बाहेर येत लोकांची पुन्हा गडबड, बडबड सुरू झाली. मी त्यांचे बोलणे कान देऊन ऐकू लागले. ते सारे हवामान व आपापल्या मासेमारीविषयी बोलत होते. त्यांच्या गप्पा अजून ऐकायला मिळाव्यात म्हणून मी नाश्ताही ऑर्डर केला. बोलता बोलता ते सारे आजकाल मासे कसे कमी मिळत आहेत, यावर

चर्चा करू लागले. त्यांच्यातील एक जण लगेच म्हणाला, "याला कारण आपल्या समुद्रकिनारी आलेले ते सील. ते सारे मासे खाऊन टाकतात."

सील आणि इथे? मी चमकलेच. ते बऱ्याच संख्येने आलेत असेही ते बोलत होते. खरंतर या समुद्रकिनारी सील आल्याचे कधी ऐकिवात नव्हते. माझ्या अंगातून रक्त जोरात धावू लागलं. श्वास वेगात सुरू झाला. काहीतरी करण्याची साहसी ऊर्मी उफाळून आली. सील बघायला आपण जायला हवं. हो, जायलाच हवं! त्याच नादात माझ्या शेजारच्या कोळ्याला मी विचारती झाले, "तू मला समुद्रात घेऊन जाशील का?" अपरिचित अशा एका स्त्रीकडून हा प्रश्न आल्यावर तो चांगलाच गडबडला. तरी स्वत:ला सावरत म्हणाला, "काय? आत्ता म्हणजे आज? ही माझी चेष्टा तर नाही? कारण मी सहा-सात तास आत्ताच तिथे घालवून आलो आहे. पण अजून भरती ओसरत नाही. मी परत तासाभरात तिकडे जातो आहे. तुला यायचं असेल, तर काहीतरी गरम कपडे आणि खायला थोडंसं घेऊन लगेच ये." त्याच्या या आमंत्रणाने माझ्यात काहीतरी संचारले. आजूबाजूचे कोळी आम्हा दोघांकडे अचंब्याने बघताहेत हे जाणवूनदेखील मी गाडी चालू करून घराकडे पळ काढला. अर्ध्या तासात मी थोडीशी सँडविचेस व गरम कपडे घेऊन धक्क्यावर हजर झाले. तो आपल्या बोटीत आधीच बसला होता. माझ्याकडे अविश्वासाने बघत बोटीवर चढण्यासाठी त्याने मला हात दिला. आजूबाजूला अनेक कोळी आपापल्या बोटी सुरू करण्याच्या तयारीतच होते. या घटकेला साऱ्या नजरा माझ्यावरच होत्या. माझं स्त्री असणं व अनोळखीपण दोन्ही बहुधा त्यांना खुपत असावं. या छोट्याशा गावात मी काही नवीन अफवांना जन्म देत होते की काय? कोण जाणे! पूर्वी कधी मी अशी अनोळखी पुरुषाबरोबर कुठे गेल्याचं आठवत नव्हतं. हो, एकदा फ्लाइटमध्ये एक जण भेटला होता, जो टॅक्सीने मला हॉटेलवर सोडीन म्हणाला होता. पण मग आमचे मार्ग अगदीच वेगळे निघाले.

"ती दोरीची गाठ तू सोडू शकशील का?" माझा कप्तान म्हणत होता. "हो, तर नक्कीच!" मी सराईत मदतनीसासारखी बोटीला धक्क्यापासून मोकळं केलं आणि त्याला म्हटलं, "मी जोन, तुझं नाव काय?" "मी जोशुआ – जोश." अशा तऱ्हेने माझ्या साहसी प्रवासाला

सुरुवात झाली. मोकळ्या आकाशात, अथांग सागरात, अनोळखी परपुरुषाबरोबर आणि अजिबात माहीत नसलेल्या जागेकडे. ती छोटीशी खाडी ओलांडली आणि जोशने मला त्याच्या बाजूच्या संरक्षित जागेवर बार धरून उभे राहायला सांगितले. ती जागा जेमतेम एक माणूस उभा राहू शकेल एवढीच होती. त्यामुळे आम्ही एकमेकांना अगदी खेटूनच उभे होतो. त्याचा राकट पुरुषीपणा कुठेतरी मनाला भावला. सभ्यता, शिष्टाचार या साऱ्या बंधनात अडकलेल्या समाजात मी वावरत असल्याने हा रांगडेपणा आवडूनच गेला. मला आठवतंय, तरुणपणी मी एक सिनेमा पाहिला होता. त्यातल्या नटीचा तो रोल मला इतका आवडला होता की, कित्येक दिवस मी तिच्यासारखं वागण्या-बोलण्याचा प्रयत्न करत होते. आपण तिच्यासारखंच स्वतंत्र विचाराच्या आहोत, असं स्वत:लाच भासवत होते. माझं हे उसनं अवसान कधीतरी नवऱ्याच्या तिरकस, तिखट बोलण्याने गळून पडलं. आता मात्र खरंच मी स्वतंत्र आणि खूप खूप आनंदी होते. माझं हे समुद्रवेड फार पूर्वीपासून होतं.

इंजिनाच्या व वाऱ्याच्या आवाजात एकमेकांशी बोलणं अशक्यच होतं. मग आजूबाजूचं निरीक्षण करत बसले. जोशची बोट अगदी दणकट होती. सामान मात्र त्यात अगदी आवश्यक तेवढंच होतं. बोटीत उगाचच जास्तीचं सामान कोणी कधीच ठेवत नाहीत. लाटेमागून लाट ओलांडत आमची बोट स्वच्छंदीपणे पुढे चालली होती मला कल्पना नसलेल्या, पण माझ्या नावाड्याला माहीत असलेल्या जागेकडे. "ते बघ तिकडे–" जोश ओरडला. त्याने दाखवलेल्या दिशेकडे नजर जाताच एक बेट नजरेस पडलं. जरा पुढे गेल्यावर जोशने बोटीचं इंजिन बंद केलं. समोर बेटाच्या कडेला काळा ढीग दिसत होता. ओह! ते अगणित सील होते. हो सीलच! ज्यांना बघण्यासाठी मी हा साहसी प्रवास केला होता. "जोश, आपण त्यांच्या कितपत जवळ जाऊ शकतो?" जोशने काहीही उत्तर दिलं नाही. बोट संथगतीने बेटाकडे सरकत होती. अचानक तो काळा ढीग हलला. एकापाठोपाठ एक सील समुद्रात उड्या टाकू लागले. केवढातरी आवाज होत होता. एक-दोघांनी अगदी बोटीजवळ येऊन माझ्या नजरेला नजर दिली. 'हा आज नवीन प्रवासी कोण?' असे काहीसे भाव त्यांच्या नजरेत असावेत. माझ्या आनंदाला पारावार राहिला नाही. मी इतकी रोमांचित झाले होते की,

जोश काय म्हणतोय ते कानावर पडतच नव्हतं. शेवटी तो जोरात ओरडला, ''तुला आता इथेच उतरायला लागणार, काय?''

''माझी गंमत करतोस का जोश?''

''नाही, तुला इथेच उतरायचं आहे. कारण मला अगदी खोल समुद्रात जायचं आहे. पण घाबरू नकोस. हे सील तसे निरुपद्रवी असतात. ते तुला काही करणार नाहीत.''

''मला इथे एकटीला सोडून जाणार?''

''हो. माझी मासेमारी संपल्यावर, ओहोटी सुरू झाली की, मी तुला परत न्यायला येईन.''

त्याच्याशी हुज्जत घालताच येत नव्हती. इकडे येण्याचा धाडसी निर्णय माझा होता. माझी छोटी सॅक घेऊन मी बोटीबाहेर थंडगार पाण्यात पाऊल टाकलं आणि जोशने बोट वळवली. सूर्याकडे बघता साधारणपणे सकाळचे आठ-नऊ वाजले असावेत. भरती ओसरेपर्यंत म्हणजे सात-आठ तास तरी नक्कीच. एवढे तास या बेटावर मी एकटीने काढायचे. बेटावर पाऊल ठेवेपर्यंत मी पूर्णपणे भिजले होते. मूर्खासारखी घातलेली जीन्स पाण्याने आणखीनच जड झाली होती. कशीबशी बेटावर पोहोचले आणि तिथल्या सौंदर्याने मोहीत झाले. इथे सबंध दिवस घालवणं नक्कीच खूप अवघड नाही. आता काहीही झालं, तरी माझ्यासमोर जे काय येईल त्याला सामोरं जायचं, असं मी ठरवून टाकलं.

सीलचे शहाणपण

तोच दिवस

आपल्या रोजच्या आयुष्यात मनन चिंतनात प्राणी आपल्याला
खूप मदत करू शकतात. त्यांची निर्मिती मानवाच्या आधी
झाली
असल्याने ते त्या आदिशक्तीच्या अधिक जवळ आहेत.
आपल्या परिपूर्णतेच्या शोधात ते आपले मित्र,
गुरू अगदी परिवाराचा हिस्सा ही होऊ शकतात.

– An Inuit Woman

आजचा दिवस स्वच्छ सूर्यप्रकाशाचा होता. आपापल्या खुर्च्या टाकून उन्हात नाहत समुद्रकिनारी दिवस घालवावा असा. पण मी या समुद्रकिनारी अशा तयारीने आलेच नव्हते. भावनावेगात घेण्यात आलेला हा निर्णय होता. मला फारच एकटं एकटं वाटू लागलं. कोणीतरी सोबत असावं असं वाटायला लागलं. अगदी 'जोश'ही मला सोबत म्हणून चालणार होता. या निर्जन समुद्रकिनारी मला एकटेपणाची भावना खाऊन टाकत होती. इथे येऊन मी असमाधानी नक्कीच नव्हते. पण तरी... हा 'पण' सगळ्याच बाबतीत मला नेहमी अडचणीत टाकतो. जे मिळालं आहे त्याचं समाधान मानण्याऐवजी, जे नाही त्याचं असमाधान मला जास्त व्यापून टाकतं. आता खरंतर ज्या सीलच्या ओढीने मी इथे आले, ते सारे माझ्या आजूबाजूला होते. मी खूश राहावं ना? पण... ते चाळीस-पन्नास सील ही इथून हलले तर बरं अशा नजरेने माझ्याकडे बघता आहेत, असंच मला वाटायला लागलं. बरोबर आहे. ही उन्हं खात बसण्याची त्यांची जागा होती. मी इथे पाहुणी होते. ही जागा मी सोडणंच श्रेयस्कर होतं. बाकी बीच बघूया म्हणून मी तिथून हलले. आम्ही लहान असताना आमच्या सतत बदल्या होत. सतत काही वर्षांनी वेगळं घर, वेगळी शाळा, वेगळा मित्रपरिवार. आई तेव्हा आम्हाला सतत सांगत असे की, आपण इथे नवीन आहोत. आपण सगळ्यांशी जुळवून घ्यायला पाहिजे, तरच आपला स्वीकार इतर करतील. माझ्या सतत पडतं घेण्याचं, जुळवून घेण्याचं मूळ इथे तर नव्हतं? कोण जाणे!

उन्हं आणखीच वाढत होती. छोट्याशा वाळूच्या ढिगाऱ्यावर मी माझी

जीन्स वाळत ठेवली आणि बरोबर आणलेला डबा उघडला. ब्रेडवर बटर लावता लावता वाटलं, याबरोबर अंडी, चिकनचे तुकडे, अगदी बटाटा किंवा मोड आलेले मूग तरी हवेच होते. तेच परत! असमाधान! असो. मला त्या त्या वेळेशी जुळवून घ्यायला शिकलंच पाहिजे. जुळवून घेणं म्हणजे माझ्या परिभाषेत नमतं घेणं, जे मी आजवरच्या आयुष्यात करत आले. दुसऱ्याचं भलं करण्यासाठी धडपडत, आपली पण वेळ येईल म्हणून वाट पाहत बसले. हे जर पुण्यकर्म असेल, तर त्याची फळं काय, तर माझ्या लग्नात निर्माण झालेला दुरावा, मुलांना माझी नसलेली ओढ आणि माझा अनिश्चित भविष्यकाळ.

खरं तर हे कबूल करायलांच हवं की, यात एक सुटल्याची भावनाही होती. कायम कोणीच चूक किंवा बरोबर नसतं. चुकीची कबुली द्यायला फार धैर्य लागतं. मला आठवतंय, एकदा अतिवेगात गाडी चालवताना माझ्या मागे पोलीस आले. आरशात पोलिसांच्या गाडीचे दिवे दिसताच मी ॲक्सीलरेटरवरचा पाय काढला. ब्रेक दाबून वेग कमी केला. पोलिसांना मला भासवायचं होतं की, मी वेगमर्यादा ओलांडलेलीच नाही. पण पकडल्यानंतर नमतं घेण्यापलीकडे पर्यायच नव्हता. मनुष्यस्वभाव, दुसरं काय? याच स्वभावापायी मी माझ्या कुटुंबाच्या चांगुलपणाचा ताबा घेतला होता. मी शिस्त लावली नाही, तर माझ्या कुटुंबाची जणू काही वाटच लागणार होती. या माझ्या स्वभावामुळे मी सर्व काही करू शकते, असा घरच्यांचा समज झाला. किंबहुना, याच गुणामुळे माझा नवरा माझ्याकडे आकर्षित झाला. एकदा माझ्या कुठल्यातरी मागणीचे प्रत्युत्तर म्हणून म्हणताही झाला की, "तुझ्या मानसिक सशक्तपणाकडे बघून मला कधीच तुझी काळजी करावीशी वाटली नाही. तू नेहमीच आमच्या सगळ्यांबरोबर स्वत:चीही व्यवस्थित काळजी घेतेसच." तेव्हापासून खरं तर मला स्वत:ला माझ्या या काळजीवाहू स्वभावाचा रागच येतो. मला आमची एक कौटुंबिक सहल आठवली. समुद्रकिनारी सारी छोटी मुलं वाळूचा किल्ला करण्यात गर्क होती. तेव्हा आम्हाला एकच मुलगा होता. मोठी आपापल्यात मश्गुल होती. मोकळ्या वातावरणात सगळ्यांच्याच चित्तवृत्ती प्रफुल्लित होत्या. माझाही नवरा या खुल्या वातावरणात जरा मजा करावी, म्हणून मला बाजूला घेऊन गेला. पण मजा करायच्याऐवजी मी मात्र 'मुलगा वाळूत खेळताना काही करणार नाही ना? त्याला खेकडा वगैरे चावणार नाही

ना?' या काळजीने मिटूनच गेले. लग्नाआधी सेक्स एंजॉय करण्यास माझा सक्त विरोध होता. त्याने तो काळ असाच सगळा चुटपुटत्या स्पर्शातच संपला. लग्नानंतरच्या माझ्या पहिल्या रात्री मी मोकळेपणाने वागूच शकले नाही. कारण आजपर्यंत जे करण्याला बंदी होती, ते अचानक केवळ काही मंत्रोच्चारामुळे मी करू शकते हे मानायला माझे मन तयार नव्हते. त्यामुळे नवऱ्याने मला 'थंड, उदासीन' ही पदवी कायमची बहाल केली.

गरम, पांढऱ्या वाळूवर मी आता भरभर चालले होते. ते छोटंसं बेट उन्हात न्हाऊन निघत होतं. भिजलेल्या अंगाने मी त्या उन्हाला आलिंगन देत होते. थंडी तर वाजतच होती, पण फेसाळणारा समुद्र मला पुन:पुन्हा खुणावत होता. एक चांगलाच गर्द काळा ढग सूर्याला झाकोळून थांबला. वाहणारे वारे थंड झाले. पाण्यात पाय टाकल्यावर ते छान कोमट जाणवले. निदान ढग जाईपर्यंत पाण्यातच थांबण्याचा निर्णय मी घेतला. खरं तर कोणीतरी किनाऱ्यावर लक्ष ठेवायला असेल, तरच समुद्रात पोहायला जावे हा नियम. पण सगळेच नियम मी धाब्यावर बसवायचे ठरवले. लाटेवर पोहण्याची मजा लुटत असताना लहानपणी जसे पाण्याखाली डुबक्या मारत असू, तशी मी लाटेखाली गेले. दुसऱ्या लाटेने वर फेकल्यावर एवढा आनंद झाला मला. मधली काही वर्षे पाण्याखाली जायला मी चांगलीच घाबरत होते. आज अचानक या ऊर्मीने ती भीतीही घालवून टाकली. काही वर्षं मला पाण्याखाली जायला प्रचंड भीती वाटत होती. एक प्रकारचा 'फोबियाच' म्हणा ना! किंबहुना कुठलीच रिस्क घ्यायची माझी तयारी नव्हती. आपल्या वाढत्या वयाचा हा परिणाम म्हणून मी तिकडे दुर्लक्षच करत आले. माझ्या मुलांच्या धैर्याचं मात्र मी कायम कौतुकच करत आले. एक मुलगा सायकलच्या क्रॉस कंट्री रेसमध्ये भाग घेत असे, तर दुसरा कोणाहीसमोर विनोदवीराचा अवतार धारण करत असे. या कार्यात दोघेही अनेकवेळा सपशेल हरले. पण हार न मानता रिस्क घेतच राहिले. मला माझ्या तरुणपणचे अनेक किस्से आठवतात. मुलांसारखीच रिस्क घेण्यात सदा तत्पर. लहानपणी नाटकात काम करणे असो, अमेरिकन ॲम्बॅसिडरच्या बायकोची सेक्रेटरी असो (मला तेव्हा अजिबात टायपिंग येत नव्हतं.) किंवा आतापर्यंत काहीही छापलेलं नसताना प्रथितयश मासिकाच्या संपादकाला स्वत:ची गोष्ट विकून येणं असो – नाना प्रकारच्या रिस्क आणि ती घेण्यात एक प्रकारचं थ्रिल. पण हळूहळू माझं हे रिस्क घेणं कमी झालं

आणि कधीतरी ते पूर्णपणे थांबूनच गेलं. स्वत:वरचा विश्वासच उडाला. प्रत्येकवेळी स्वत:चं स्वत:ला काहीतरी कारण देऊन नाकारण्याचा एक कॅन्सरच मला जडला.

माझ्या माहितीप्रमाणे पिकासोने असं कुठेतरी म्हटलंय की, त्याने त्याचं अर्धं आयुष्य सज्ञान होण्यात घालवलं व उरलेलं अर्धं पुन्हा लहानपण कसं मिळवावं, या प्रयत्नात घालवलं. तसंच काहीसं माझं झालं होतं. मला आठवतंय, आम्ही सारे एकदा सहलीसाठी बीचवर गेलो होतो. माझ्या शेजारीच एक आई आपल्या मुलीला सतत हे कर, ते कर असं सांगत होती. मुलगी मात्र वाळूचा किल्ला करण्यात दंग होती. तल्लीनतेने आपल्याच आनंदात मग्न, जगाची पर्वा न करता ती आपला आनंद उपभोगत होती. अज्ञानात सुख असतं हेच खरं.

तशाच प्रकारचं सुख, आनंद आज माझ्या पुढ्यात होता. मला तीव्रतेने वाटलं की, आजचा दिवस बघायला मुलं हवी होती. एकदा मुलांनी मला एमरसनचे काही विचार बर्थडे कार्डवर लिहून दिले होते – 'यशस्वी माणसे उत्तम जगतात, भरपूर हसतात आणि अगणित प्रेम करतात. दुसऱ्यातला चांगुलपणा कायम लक्षात ठेवतात आणि आपल्यातील उत्तम तेच जगाला देतात. त्यांच्या कामाची पद्धत अगदी शिस्तबद्ध असते. जेणेकरून ते जगत आहेत, त्यापेक्षा परिपूर्ण असे जग ते इतरांसाठी ठेवून जातात.' "होय, मीही अशाच यशाच्या शोधात वेगळ्या वाटेने जात आहे." मी ओरडले. पण ऐकायला तिथे मुलं नव्हती. फक्त या लाटा!

लाटेचं गाणं ऐकून मी पाण्याखाली खोल सूर मारला. एक नाही, दोन नाही, कितीतरी सील होते खाली. माझा पाठलाग करत तर ते आले नव्हते ना! एवढं नक्की की, ते मला त्यांच्यातीलच एक समजत होते. त्यांचा माझ्यावरचा हा विश्वास बघून मी सुखावले. त्यांच्या आणखीनच जवळ गेले आणि मग अचानक सील अंगात आल्यासारखं मी पाण्यावर, खाली त्यांच्याबरोबर उड्या मारू लागले. असं किती वेळ मी करत होते, कोण जाणे. एक खूप मोठी लाट आली आणि तिने चक्क मला किनाऱ्यावर ढकलून दिलं. खारट पाण्यात व चमचमत्या वाळूत भिजलेली मी. जोरजोरात हसतच सुटले. इतका उत्साह, आनंद, मोकळेपणा मी कधीच अनुभवला नव्हता. स्वत:ला मी वाळूत झोकून दिले. स्वच्छ मोकळं आकाश वरती आणि वाळूत पहुडलेली, बेलगाम हसणारी मी. लगेच मी मनाशी ठरवलं, पुढच्या जन्मी

आपण नक्की सील म्हणून जन्माला यायचं.

आत्ता तरी मला त्यांच्या त्या जाड कातडीचा कोट हवा होता. फारच थंडी वाजत होती. मी माझ्या सॅककडे टॉवेल व स्वेटरसाठी धावले. थंडीची हुडहुडी कमी झाली आणि मी सील काय करताहेत त्याचं निरीक्षण करू लागले. त्यांच्या त्या उड्या मारण्याच्या खेळाने मी मात्र कधीच लहान झाले होते. एकापाठोपाठ एक ते सूर मारत होते आणि बाहेर येत होते. जणू काही डायव्हिंगची स्पर्धाच सुरू होती. एकाने तर वर येताना तोंडात एक भला थोरला मासाही आणला.

भरती आणखी वाढतच होती. हे छोटंसं बेट पाण्याखाली बुडून नाही ना जाणार? मी धावतच जरा आणखी उंचवट्याकडे गेले. भीतीने आता मला चांगलंच ग्रासलं होतं. मी स्वत:वर ताबा मिळवण्याचा जोरदार प्रयत्न करत होते. ही भरती अशी किती वेळ टिकणार? भरतीनंतर ओहोटी आहेच की, एवढं घाबरायचं कशाला? मला त्या खेळणाऱ्या साऱ्या सील माशांचा मत्सर वाटला. त्यांचं खेळणं अव्याहतपणे चालू होतं. भीतीचा कुठे लवलेशही नव्हता. किती जाडे, लठ्ठ होते ते सील. लठ्ठ धूड घेऊनच ते मजेत उड्या मारत होते. जणू कुठला सोहळाच साजरा करताहेत. आपल्या लठ्ठपणाची आपल्याला किती लाज वाटते नाही? कारण समाजमनात सुंदर स्त्री ही शिडशिडीतच हवी. माझा लठ्ठपणा हा एक अडसरच होता माझ्या व्यक्तिमत्त्वाच्या वाढीत. साधारणपणे नऊ-दहा वर्षांची असल्यापासूनच माझं अंग गुबगुबीत व गाल गोबरे व्हायला लागले. आई सतत मला 'कमी खा' म्हणून ओरडत असे. चीझ, बटर वगैरे तर लपवूनही ठेवत असे. माझ्या जाड्या शरीरामुळे मला कधीच सुंदर, आकर्षक कपडे घालता आले नाहीत. कधी हट्ट केला की, आईचे उत्तर ठरलेले – "हे तुझ्या शरीराला शोभणार नाहीत." जरा थोडी मोठी झाल्यावर मी जरा बारीक झाले. एकदा मला आठवतेय, मी माझा एक सुंदर गुलाबी ब्लाऊज घातला. बारीक झालेली कंबर दिसावी म्हणून तो स्कर्टच्या आत खोचला आणि उड्या मारतच वडिलांना दाखवायला गेले. "छानच दिसते आहेस तू, पण तुझ्या छातीचं जास्तीचं माप मात्र नजरेला खुपते आहे गं." बाईचं शरीर एवढं मापात असावं लागतं? साऱ्या आयाही तरुण मुलींच्या मागे त्यासाठीच सतत लागलेल्या असतात. नाहीतर कोण तरुण त्यांच्या मुलींकडे बघणार? नाही का?

माझ्या एका मैत्रिणीने मला सांगितलेलं, मला आठवतंय. तिच्या लग्नाच्या दिवशी तिला ती एक USD ॲपरूव्हड माल असल्यासारखं वाटत होतं. तिला नानाविध चाचण्यांतून पास होत होत मगच होणाऱ्या नवऱ्याकडे सुपूर्द केलं होतं. साराच गंमतीशीर प्रकार. एकुणात बायकांचं स्वतःच्या शरीराविषयीचं मत अजूनही फारसं बदललेलं नाही? त्या खूप बारीकही नकोत वा फार जाडही नकोत. कुणीच स्त्री जमात ही समोरच्या सीलसारखी स्वतंत्र नाही. खरंच दयनीय अवस्था आहे ही. सील मला म्हणून तर जास्त प्रिय नाहीत ना, की ते बरेचसे असमर्थ व सहजी हल्ला करता येण्यासारखे आहेत. कोण जाणे, पण स्त्री मात्र अशा अनैसर्गिक चक्रात सापडली आहे. कौटुंबिक जबाबदाऱ्यांनीच बहुधा तिला असं लाचार बनवलं आहे. एक पत्नी, माता असणं हा रोलही फार मागणारा आहे, त्याच्या गरजा फार आहेत. त्यासाठी खास प्रयत्न हे लागतातच. मुलांचे, नवऱ्याचे मूड सांभाळणे, त्यांना आनंदी ठेवणे, त्यापायी स्वतःला पूर्णपणे विसरणे या साऱ्या तारेवरच्या कसरती मीही केल्याच आहेत की. मला कोणी असं वाग म्हणून सांगितलं नव्हतं. पण एका स्त्रीकडून हे सारं अपेक्षितच असतं. नातेसंबंध जपताना तिने स्वतःला विसरणं आवश्यकच असतं. आता मात्र मला वेगळं काही हवं होतं. कोड्यातल्या अचूक स्थानावर पोहोचण्यासाठी जसा गुंतागुंतीचा रस्ता शोधत जावं लागतं, तसंच काहीसं माझं सध्या सुरू होतं.

पायाशी एक मोठी लाट येऊन फुटली. मी माझ्या बॅगेसह मागे सरकले. मी हळूहळू धक्क्यापर्यंत चालायला सुरुवात केली. जिथे जोशने मला सोडलं तिथे. काहीतरी ठाम निश्चय करून. पुढे काय? या प्रश्नाला काहीसं निश्चित उत्तर ठरवून.

जोशने दिलेल्या वचनानुसार लांबवरून मला त्याची होडी येताना दिसत होती. जवळ येताच मी उडी मारून त्यात शिरले. सकाळची रिकामी होडी आता नवीनच पकडलेल्या खेकड्यांनी भरली होती. जोशला आज भरपूर बाजार मिळाला होता. त्यामुळे तो आनंदित दिसत होता. मी पण आनंदी होते, दिवसभरात मी जे काय मिळवलं होतं त्यामुळे! सगळ्या माझ्या प्रिय सीलना मी निरोप दिला. काही तर थेट माझ्या नजरेला नजर देते झाले.

"तुला काय हवं होतं ते मिळालं का?" जोश विचारत होता.

मला काय मिळालं, हे त्याला मी सांगून समजणार होतं का? पण मी लगेच उत्तरले, ''काय सुंदर जागा आहे ही! इतके उन्हाळे मी इथे आले, पण आजपर्यंत कधीच इकडे आले नव्हते.''

तो हसला आणि पटल्यासारखी मान हलवली. आजच्यासारखा दिवस पुन्हा येणे नाही. किती अन् काय काय दिलं या दिवसाने मला. मनुष्यप्राणी तुम्हाला तुमच्या जीवनाची दिशा देऊ शकतात. पण समुद्रीप्राणी? हो, कधी कधी तेसुद्धा!

धक्क्याला बोट लागली. माझं सामान घेऊन मी खाली उतरले. उतरताना जोशने मला थोडे खेकडे, शिंपल्या भेट म्हणून दिल्या.

''तू मला आज खूपच काही दिलेस, जोश. तुझ्या बाजारातला हा वाटा मी नक्की नेऊ ना?''

''हो, आनंदाने.''

या वाढलेल्या सामानासकट मी माझ्या गाडीत चढले. माझ्या घरकुलाकडे परतीचा प्रवास सुरू झाला. खेकडे पाठीमागे टोपलीत हलत होते. अचानक माझ्या लक्षात आलं, त्यांची नांगी कुठे आपल्याला तोडता येते. ते तर आपल्या नवऱ्याचं काम. असो. बघू नंतर.

घरात शिरल्यावर कसं ऊबदार वाटलं. मी ओले कपडे बदलले व हातात एक वाईनची बाटली घेऊन टेबलाशी बसले. सहजच समोर फ्रेममध्ये लावलेल्या माझ्या कुटुंबाच्या चित्राकडे नजर गेली. ती चित्रातली जबरदस्तीने हसणारी, नजर झुकलेली, केस विखुरलेली पन्नाशीची स्त्री मी होते? असं म्हणतात, तुमचा चेहरा तुम्ही चाळिशीत गेल्यावर तुम्ही आजपर्यंत जे आयुष्य भोगलंत, त्याचा आरसाच होतो. तो तुम्हाला तुमची मुखवट्याविरहित छबी दाखवतो.

मी वाईनची बाटली उघडून माझ्या ग्लासात वाईन ओतली आणि खिडकीशी जाऊन बसले. आजच्या दिवसाने मला साधं सरळ कसं जगावं, ते शिकवलं होतं. मी माझ्या भविष्यासाठी ग्लास उंचावला आणि तेवढ्यात फोन खणखणला. पलीकडे माझा नवरा होता. त्याचा आवाज माझा फसफसता उत्साह थंड करण्याला पुरेसा होता.

''हॅलो, कशी आहेस तू?'' त्या प्रश्नाचं उत्तर ऐकण्याआधीच तो नानाविध गोष्टी सांगतच सुटला. मी माझ्या दिवसाविषयी त्याला काहीच सांगू शकले नाही.

"अगं, घर विकलं गेलं हं आपलं." तो सांगत होता, "तर आता आपल्याकडे जरा जास्त पैसे आहेत. मी चांगलं घर भाड्याने घेऊ शकतो आता. म्हणजे तू इकडे येऊ शकशील."

मी ऐकलं न ऐकल्यासारखं केलं. खरंच मला आता तिकडे जाण्यात काही स्वारस्य नव्हतं. पण माझ्यातली पत्नी मला तसं स्पष्टपणे म्हणू देईना. "एखाद्या वीकएन्डला मी नक्की तिकडे येईन."

"ओके, जशी तुझी मर्जी."

त्या आवाजात अजिबात आतुरता नव्हती. त्याला वाटलं असणार, येईल थोडे दिवसांत ताळ्यावर आणि मग येईल परत. पण आजच्या दिवसाने मला नवीच दृष्टी दिली होती.

तो काय बोलत होता, त्याने मी नाराज झाले नव्हते. तर काय बोलत नव्हता त्याने नाराज होते. रिकाम्या जागी शब्द घुसडायची नेहमीचीच जित्याची खोड. त्याच आवेशात मी त्याला सीलबद्दल बोलले.

"सील? कुठे?"

"मोनोमॉय."

"कोणी नेलं तुला तिकडे?"

"एका कोळी मित्राने."

"आणि कुठे भेटला तुला तो?"

मी त्याला वेड्यासारखी सगळंच सांगत बसले. माझ्या या दिवसभरच्या साहसी दिवसाला त्याने सरळ पोरकटपणा म्हणून हिणवले. मी किती मूर्ख आहे यावर थोडेसे ताशेरेही झाडले आणि शेवटी 'दोघांपैकी कोणीतरी शहाणं, जमिनीवर पाय ठेवलेलं असावं लागतं लग्नबंधनात' म्हणून फोन ठेवून दिला.

माझा सारा आनंद मावळून गेला. माझी मी मला सापडते आहे असं वाटेपर्यंतच मी पुन्हा हरवले. छे! किती सहजपणे मी दुसऱ्याला माझ्या आनंदाच्या भरती-ओहोटीवर राज्य करू देते. 'हे बरं नव्हे!' मी मलाच बजावले. आकाशात येणाऱ्या चंद्राकडे बघत मी त्याच्याशीच बोलायला सुरुवात केली.

दुभंग

नोव्हेंबर

प्रत्येक स्त्रीने आपला विकास आपणच केला पाहिजे. स्वतःच्या आयुष्यातला केंद्रबिंदू तिचा तिनेच शोधून काढला पाहिजे.

– Anne Morrow Lindbergh, GIFT FROM THE SEA

इथे आल्यापासून मला पहाटे पहाटे उठायची सवयच जडली होती आणि अंधारातच चालू पडायचं! बंदराकडे मी कितीही लवकर गेले, तरी कायम तिथे कोणी ना कोणी असायचेच आणि मग तिथला सूर्योदयाचा रम्य रंगीत सोहळा, गुलाबी, केशरी व गडद केशरी या रंगांची उधळण आणि मग पडणारा लख्ख सूर्यप्रकाश, सोन्यात न्हालेली धरती.

केप कॉडच्या अनेक सकाळींसारखीच आजचीही सकाळ होती. सूर्य प्रखरपणे उजाडताच ढग धावतच आले त्याला झाकोळून टाकायला. स्वच्छ आकाश म्हणतानाच आता काळं-पांढरं आकाश झालं. अशा प्रकारचे संमिश्र निसर्गाचे इशारे कोळी लोकांना चांगलेच अवगत होते. कधी नावा समुद्रात न्यायच्या याची त्यांची गणितं पक्की होती. आभाळाचं बदललेलं रूप बघूनही समुद्र शांतच होता. काळ्या आकाशाचा कोळ्यांवरही काही परिणाम झाला नव्हता. समुद्रात जायची त्यांची तयारी चालू होती. जरा जास्त काळजीपूर्वक. कुठलीही गोष्ट जमेस न धरता माणसं कामाला लागली होती. त्यांच्या नवीन दिवसाची सुरुवात झाली होती. आपल्या साऱ्यांचंच असं असावं, कशानेही झाकोळून न जाता प्रत्येक दिवस नव्या उत्साहात सुरू करावा.

काही वर्षांपूर्वी मी आणि माझा नवरा समुद्रकिनारी पिकनिकला गेलो होतो. समुद्रात डुबक्या मारत, मजेत पोहत होतो. दोघांनी कायम बरोबरच पोहायचं, एकमेकांना सोडायचं नाही, असं आधीच ठरलं होतं. लाटेमागून लाट येत होती आणि आमच्यातलं अंतर

थोडं थोडं वाढत होतं. एक खूप मोठी लाट आमच्यावर आदळली आणि आम्ही एकमेकांपासून खूप दूर फेकले गेलो. आता स्वत:चं रक्षण करत ज्याने त्याने आपापला किनारा गाठायचा होता. आज अगदी तेच आमच्या आयुष्यात झालं होतं. आता एकमेकांसोबत किंवा सोबतीशिवाय आपापले मार्ग आम्हाला शोधायचे होते. आंतरिक तळमळ व दुर्दम्य इच्छाशक्ती हेच आता आमचे लाइफगार्ड्स होते.

माझं लक्ष समोरच्या कोळ्यांकडे गेलं. आपापल्या बोटी सोडवण्यात ते गुंतले होते. सावकाश, पण कौशल्याने ते आपल्या नांगरलेल्या बोटी समुद्रात घेऊन जाण्याची तयारी करत होते. जसे काही कुठल्या रेस लाँचसाठी निघाले आहेत. काहीजण एकटेच जातात, पण बहुतांशी दोन-तीनजण एकत्र जातात. प्रत्येकजण अगदी तय्यार गडी असतो, मासेमारीसाठी व समुद्रात येणाऱ्या अडचणींवर मात करण्यासाठी. तरच त्यांची मासेमारी फायदेशीर ठरते. यशस्वी जीवनाचा हाच एक उत्तम मार्ग आहे.

आम्ही दोघांनी एकत्रितपणे घालवलेले क्षण फार थोडे. जास्तीत जास्त गोष्टींत दोघांचा सहभाग असण्याची हौस मला फार. आपण लग्न या संस्थेत अडकतो, तेव्हा आपल्या व्यक्तिमत्त्वात बरीच अपूर्णता असते. अंतरपाटाच्या पलीकडे उभा असलेला सहचर आपल्याला परिपूर्णत्व आणेल, यावर साऱ्याच लोकांचा गाढ विश्वास असतो. पण...

एकदा कधीतरी आमच्या भांडणानंतर माझा नवरा पुटपुटला, "आपण खरं तर उत्तम सहजीवन जगतच नाही आहोत." केवढी घाबरले होते मी त्या वाक्याने आणि मग पुढचे काही दिवस मी अगदी जिवाचा आटापिटा करत होते त्याला खूश ठेवण्यासाठी. नाती जपण्याचा, लग्नसंस्था वाचवण्याचा माझा जोरकस प्रयत्न होता तो. आज जाणवतंय, हवेतले प्रयत्न होते ते. आभास सत्य आहे, असं वाटून मृगजळामागे धावण्याचे दिवस!

हवेतला गारवा जरा वाढला. समोर सगळ्या बोटी बंदर सोडून गेल्या होत्या. वाटलं, आपण पण आत्ता त्यांच्याबरोबर असायला हवं होतं. काहीतरी करायला मिळालं असतं. माझ्यासारख्या लोकांच्यात असण्याची आवड असणारीला, घरी एकटं बसणं, ही शिक्षाच होती. कठीण शिक्षा. लग्नबंधनातून बाहेर पडणं हेही तितकंच कठीण होतं.

महिना लागला मला नुसतं कळायला की, मी काय केलं आहे ते. काय करायला हवं आहे ते कधी कळेल, कोण जाणे! पण प्रत्येक वेळी नवऱ्याचा फोन येऊन गेला की, मला सुटल्यासारखं होई. माझ्याकडून कोणाच्या काही मागण्या नव्हत्या आता. रजेवर गेलेल्या माणसासारखं मोकळं मोकळं वाटत होतं. समुद्राची भरती-ओहोटी बघण्यात मजेत वेळ जात होता.

आत्ता माझ्यासमोर बरीच माणसं वेगवेगळ्या उद्योगात रमलेली मी बघत होते. कुणी गप्पा मारत होतं. कुणी आपापली गुपितं एकमेकांना सांगत होते. कुणी प्रेम करत होते, तर कुणी खेळत होते. एक कुणी फिटनेससाठी पळण्याचा व्यायाम करत होता, तर त्याची बायको, प्रेयसी जी कोणी होती ती गाडीत बसून त्याचा व्यायाम संपण्याची वाट बघत होती. केवळ आपण आपल्या जोडीदारा'सह' असावे म्हणून ती तिथे थांबली होती. अर्थात हे माझ्या कल्पनेतले मनोरे. माझी ही नेहमीचीच सवय. जे आपल्याला मिळालं नाही, ते इतरांना मिळालंच आहे असा समज. खरं तर मला आता मत्सराने ग्रासलेलं असावं. तेवढ्यात माझं लक्ष समोरच्या एका जोडप्याकडे गेलं. त्यातला तो निर्विकार नजरेने शून्यात नजर लावून बसला होता. आपल्याच विचारात मग्न असा. ती पण अशीच कुठेतरी हरवलेली. आपण शेजारी-शेजारी बसलो आहोत याचा विसर दोघांनाही पडला होता बहुतेक. मला आम्ही दोघांनी एकत्र घालवलेली एक संध्याकाळ आठवली. असेच बसलो होतो दोघं. त्याचा प्रयत्न सुरू होता माझ्या लिखाणावर बोलण्याचा. त्या वेळी मी भावभावना व सेक्स याविषयी काही अभ्यास, लिखाण करत होते. शांतपणे सुरू झालेल्या संभाषणाचा शेवट वादात झाला. मी गप्पगप्पशी झाले आणि तो असाच निर्विकार मुद्रेने कुठेतरी बघत बसला. किती विचार करत बसते मी. समोर माझ्याच सारख्या मध्यवयीन स्त्रिया फिरायला बाहेर पडल्या होत्या. त्यांच्या चेहऱ्यावरून त्या अगदी स्वयंसिद्धा वाटत होत्या – बंधनमुक्त अशा. त्यांच्या चालीत त्यांचा स्वत:वरचा विश्वास, अभिमान पदोपदी जाणवत होता. माझ्याकडे दुर्लक्ष करणाऱ्या नवऱ्याचं दु:ख आता मला कमी जाणवत होतं. असे स्वत:चेच लाड करण्याची काही किंमत मोजावीच लागते. माझ्या एका हातात स्वातंत्र्य

होतं, तर दुसरीकडे अपराधीपणाची भावना होती. अगदी ही भावना त्याच्याशिवाय मनात आलेल्या छुप्या विचारांविषयी पण होती.

खरं तर आम्ही दोघंही सारखेच होतो. दोघांच्यात असलेली मतभेदाची दरी कायम कमी करण्यात गुंतलेले. आताही मी त्याला सोडून येणे ही एक गंभीर बाब होती. तरुणपणच्या चुकांचं आत्ता समर्थन. माझ्यातील विचारवंत, त्याच्या आयुष्यातून निघून जाण्यासाठी स्वत:ला कायम दोषी ठरवत आला आणि पुन्हा हेही की, मी का हे केलं? त्याने का नाही? तो तरी काय करेल बिचारा. तो वेगळ्या पिढीतलाच होता. जिथे पत्नी केवळ पतीची काळजी घेणारी व सामाजिक प्रतिष्ठा मिळवून देणारी एक व्यक्ती असते. आम्ही पुन्हा एकत्र आलो, तर तो बदललेला असेल, का पुन्हा पहिले पाढे पंचावन्न? मला अतिशय नवल वाटतं की, ही अशी अपराधी भावना बाळगत मी किती दिवस वेगळं राहू शकणार आहे?

आत्ता मला माझ्या एका मैत्रिणीची आठवण येते आहे. भर पार्टीत नवऱ्यासमोर ती म्हणाली होती, "सतत आम्ही एकमेकांच्या प्रेमात आहोत, असं म्हणणारी माणसं खोटारडी असतात. माझंच सांगायचं झालं, तर पहिली पाच-सहा वर्षं मी खूप सुखी होते. नंतरची दहा वर्षं सहन करता येण्याएवढी, नंतरची चार वर्षं थोडीशी त्रासलेली आणि बाकीची सारी वर्षे बरीचशी स्वत:च जगण्याचा गुंता सोडवत बसलेली." खरंच किती प्रामाणिकपणा हा! पण मीही काहीशी अशीच आहे. खोट्या, नकली जगात न जगू शकणारी.

आपल्या अपेक्षेपेक्षा वेगळं जगायची वेळ आली की, बदल हा ठरलेला नाही का? लग्न ही जर संस्था आहे, तर इतर संस्थांसारखा त्यात समतोल हवा ना? त्यातला एकच जण कितीही उत्तम असला, तरी दुसऱ्याचं सर्वस्व कसा होऊ शकतो? हे हास्यास्पद नाही का? आता मात्र मी स्वतंत्र आहे. माझे स्वत:चे निर्णय घेण्यासाठी आणि त्याच्या परिणामांसाठीसुद्धा. स्वत:च्याच प्रेमात पडण्याची ही वेळ होती. स्वत:कडे जरा कडकपणे, दूरस्थपणे, भावनारहित होऊन पाहण्याची वेळ होती ही. त्याने माझी मीच मला वेगळी कळू लागले होते. म्हणून माझं हे स्वातंत्र्य मला सुखशांती मिळवून देत होतं.

सकाळचे आठ वाजले होते. सगळ्यांची आपापल्या कामाची

गडबड चालू होती. मलाही जाणवलं की, मला काहीतरी काम हवंय. त्यासाठी एखादी नोकरी शोधायला हवी. पैशासाठी नाही तरी निदान आपलं स्वत्व जपायला तर हवीच हवी. माझ्या गरजांसाठी नवऱ्याची मदत मागणे अगदीच विसंगत नव्हे काय? माझ्या गरजा माझ्या मीच पूर्ण करायला हव्यात.

खिडकीतून समोर नजर गेली. मच्छीबाजारातल्या एका दुकानावर 'मदतनीस हवेत' अशी पाटी लटकत होती. सरळ दार उघडून मी त्या दुकानाकडे चालू लागले. मालक मासे कापण्यात गर्क होता. मला समोर उभी बघताच जरा अचंबितसा विचारता झाला, ''मी तुम्हाला काही मदत करू शकतो का?'' गिऱ्हाईक आलं म्हणून जरासा खूशही होता.

मला कामाची गरज होती. तुमची मदतनीसाची पाटी बघून आले. आश्चर्यचकितपणे तो ओरडलाच, ''तुम्हाला इथे काम करायचंय? आणि इथे का काम करायचंय तुम्हाला?''

''मला कायम पाण्याजवळ राहायला आवडतं.'' माझं हे उत्तर माझ्या मध्यमवर्गीय अवताराला विशोभितच होतं. स्वतःला सावरत मी पुढे सांगितलं की, ''मी एक लेखिका आहे आणि नवीन कथेच्या शोधात आहे.''

''हे काम खरंच फार कठीण आहे. लॉबस्टर काढायला टाकीपर्यंत चढणं, उतरणं, माश्यांचे तुकडे करणं, त्यांचं वजन करणं आणि महत्त्वाचं म्हणजे गिऱ्हाइकांशी बोलणं.'' आपला सुरा खाली ठेवत हात पुसत तो म्हणाला.

''हे सारं मला नक्कीच जमणार.'' मी सरळ खोटं बोलले. ''आणि त्यातूनही मी हवं तर ख्रिसमसपर्यंत काम करते. ख्रिसमसला तुम्ही दुकान बंद ठेवाल, तेव्हा मला नोकरीवरून काढू शकता. मी त्याचं वाईट वाटून घेणार नाही.''

''बहुधा तुम्ही म्हणता ते बरोबर आहे. सकाळी सकाळी तुम्ही कामाला येऊ शकाल का?''

''हो, हो. नक्कीच.''

आणि मला नोकरी मिळाली. आत्तापुरेसंतरी माझ्या आयुष्याला काहीतरी व्यवधान मिळालं.

जलोपचार

नोव्हेंबर अखेर

पाण्यावर ना आपण स्थिरावू शकत... ना आपण काही लिहू शकत... कारण ते सतत वाहत असतं. आपण आयुष्य तसंच जगलं पाहिजे... वाहत. सगळ्या भावनांसहित. आयुष्याला नाकारू नका, ते साचू देऊ नका; तर ते सतत वाहत ठेवा.

– ***निनावी***

उत्तरेकडून येणाऱ्या वाऱ्यामुळे हवेत तसा चांगलाच गारवा होता. पहाटे कामाला निघताना मला मात्र खूपच उत्साही वाटत होतं. वाटेतला मच्छीबाजार चांगलाच गजबजला होता. बाजाराच्या आत सगळीकडे पांढरा ऑईलपेंट दिला होता. त्यामुळे अंधाऱ्या दिवशीही तो चकचकीत दिसत असे. समुद्रापर्यंत जाणाऱ्या छोट्या-छोट्या रस्त्यांनी जाताना विशेष काहीच घडत नसे. पण एकदा का समुद्रापर्यंत पोहोचलात, की मग विचारू नका. दूर क्षितिजापर्यंत पसरलेला अथांग सागर. पांढऱ्याशुभ्र फेसांच्या टोप्या घातलेल्या उत्साही लाटा. हा सागर मला नेहमीच उल्हसित करतो. बाजूचं दार उघडून मी आत प्रवेश केला. मागची ही खोली नाना प्रकारच्या माशांनी भरली होती. नुकताच कोळ्यांनी ताजा माल समुद्रातून आणला होता. अजून ते सारे वेगवेगळे करायचे होते. मी माझा कोट हुकला अडकवला व अलगदपणे माशांवर पाय न पडू देता समोरच्या काउंटरकडे गेले. दोन-तीन गिऱ्हाइकं लॉबस्टर टँकपाशी बघत उभी होती. मी पुढे गेले. "मी तुम्हाला काय मदत करू?"

"आम्हाला आश्चर्य वाटतंय की, काही मेलेले लॉबस्टर टँकमध्ये आहेत की काय?" मीही जरा टँकमध्ये डोकावले. दोन लॉबस्टर काहीही हालचाल न करता कोपऱ्यात पडून होते. अजून बारकाईने बघताना लक्षात आलं की, त्यांचं वरचं आवरण जरा शरीरापासून वेगळं आहे. तेवढ्यात मालकही तिथे आला.

"ते मेलेले नाहीत. कात टाकताहेत ते. त्यामुळे अजून मांस तयार होऊन ते चांगले मोठे होतात."

“आश्चर्यच आहे!” मी पुटपुटले. वाढ आणि बदल आपल्याला कमी वेळेला दृष्टीस पडतात. लॉबस्टरच्या वृत्तीचं खरंच कौतुक करायला पाहिजे. कात टाकतेवेळी ते लपल्यासारखे कोपऱ्यात बसतात आणि सशक्त झाल्यावरच बाहेर निघतात.

समुद्राच्या आसपास त्याची गाज ऐकत, वेगवेगळी रूपं न्याहाळत काम करणे हा अगदी अभूतपूर्व असा अनुभव होता. दिवसेंदिवस इथे काम करण्याने माझं डिप्रेशन कुठच्या कुठे पळून गेलं होतं. मनात नावीन्याची उभारी, उत्साह निर्माण करत होतं. कामाचा माझा हा तिसरा आठवडा होता. मी कुठे काम करते हे ऐकून वेगवेगळ्या प्रतिक्रिया मिळत होत्या–

“काय? मासळी बाजारात तू काम करते?” एक शेजारीण.

“त्या साऱ्या पुरुषांच्यात तू काय करतेस तिथे?” दुसरी शेजारीण.

‘ही शहरी बाई कोळ्यांच्यात कसलं काम करणार?’ साऱ्यांच्या नजरांनी विचारलेला प्रश्न. या साऱ्यातून मला आणखीनच स्फूर्ती मिळत होती. का नाही? हे सारे मी करू शकत होते असं वाटून कामाचा उत्साह अधिकच वाढत होता.

आम्हाला जीन्स किंवा खाकी पँट आणि निळा आत खोचलेला टॉप असा युनिफॉर्म होता. मी आपली एक निळी बॅगी चढवत असे. गिऱ्हाइकांचे हिशेब करताना मी कायम चुका करत असे. कॉम्प्युटरवर कुठलीतरी चुकीची की दाबली की बझर ठरलेलाच. मालकाची बायको मग मला नीट समजावून सांगत असे. गिऱ्हाइकांना मात्र त्यामुळे उशीर होत असे. पण कधीही कोणी चिडलं नाही. माझ्या चेहऱ्यावरची लज्जा आणि क्षमायाचना बघून चिडत नसतील का बिचारे! कधी मला हिशेबात सराईतपणा येणार आहे कोण जाणे!

मी स्वत:ला आणि कामाला फार गंभीरपणे घ्यायचं नाही, असं ठरवलं होतं. पण अतिव्यवस्थित व काटेकोरपणाचा माझा स्वभाव मला स्वस्थ बसू देत नसे. मग त्याची भरपाई म्हणून मी सकाळी लवकर येत असे व उशिरा परत जात असे. माझ्याच कामात गडबड, त्याची भरपाई जास्त काम करून. मला सगळ्यांकडून उत्तम कामासाठी शाबासकी हवी होती, म्हणून ही धडपड. लहानपणी वडील मला फार संवेदनशील मुलगी म्हणायचे. पण खरं तर कौतुक कोणाला आवडत नाही?

मला माझ्या मोठ्या भावासारखं हुशार, चटपटीत व्हायचं होतं. त्याची

शाळा संपताच उत्तम दर्जेदार कॉलेजकडून त्याला बोलावणी आली. तो तोऱ्यात, कुठलं कॉलेज निवडायचं, यावर आई-वडिलांशी चर्चा करत असे. माझी जेव्हा कॉलेजात जायची वेळ आली, तेव्हा एका सामान्य कॉलेजने माझ्यावर उपकारच केले. मला प्रवेश देऊन लग्नायोग्य बनवणे, हेच त्या कॉलेजचे ध्येय होते. माझ्या बाबतीत तरी ते यशस्वी झाले नव्हते. मी आता मात्र आत्मिक समाधान मिळवण्याच्या मागे होते.

या नोकरीत माझ्या आत्म्याला खरंच समाधान मिळत होतं. आपण नोकर आहोत हे पचनी पडायला जरा वेळ लागला. पण इथले स्थानिक मात्र मला चांगली वागणूक देत होते. कधी कधी काही गिऱ्हाईक त्यांचा माल मालकांनीच द्यावा असा आग्रह धरत. तेव्हा चांगलंच अपमानित झाल्यासारखं वाटे. मीही त्यांच्यासारखीच सुशिक्षित होते, अगदी लेखिकाही होते; पण नंतर मला त्याची सवय झाली. आपण कशाला पर्वा करा असल्या क्षुल्लक गोष्टींची. आपण बरं नि आपलं काम बरं. आवश्यक असेल तर बोलायचं, एरवी गप्प बसायचं, असं धोरण मी अवलंबलं.

मला फक्त काळजी होती, ती मालकाच्या बायकोची. तिचा असा समज होता की मी एक सुखी, कौटुंबिक बाई आहे; जी आपल्या लेखनासाठी त्यांच्यात येऊन राहिली आहे. अर्थात, मी आत्ता इथे का याचं उत्तर तिला माझ्याशिवाय कोण सांगणार होतं? मी तर नक्कीच सांगणार नव्हते. कारण तिच्या दृष्टीने लग्न झालेल्या बायका जास्त विश्वासू असतात, लग्न न झालेल्यांपेक्षा. आमच्या गप्पांचे विषय नवरा, मुलं हेच असत. अर्थात बाजारात माणसं फक्त मासे घ्यायलाच येत नाहीत, तर नाना प्रकारच्या बातम्याही पुरवायला येतात.

रोज तेच तेच चेहरे बघून मला आजकाल ते वाचताही येऊ लागले होते. ते काय प्रकारचे मासे घेणार हे मला आता कळू लागलं होतं. पेन्शनर विधवा साधे स्वस्त असे छोटे मासे नेत. नोकरी करणाऱ्यांना हवं तर असे पापलेट, पण त्यांच्या बजेटमध्ये न बसल्याने ते सुरमईचे तुकडे नेत. खालचा वर्ग माशांची डोकी, कधीतरी लॉबस्टरचे साफ केल्यानंतरचे उरलेले तुकडे नेत आणि श्रीमंत बायका अख्खी पापलेट, लॉबस्टर्स, पूर्ण सालमन नेत. निष्काळजीपणे पैसे देत माल गाडीत ठेवायची ऑर्डर सोडत. त्या साऱ्यांना मी ठेवलेल्या बायका म्हणत असे. मला नेहमी नवल वाटे की, त्यांच्या त्या मेकअपच्या आत

दडलेल्या चेहऱ्यावर दु:ख आहे, की आनंद? त्या स्वतंत्र आहेत? माझा ठाम समज होता की, त्या साऱ्या नवरा, समाज यांनी घातलेल्या चौकटीत फिट्ट बसणाऱ्या स्त्रिया होत्या.

माझी पाठ आता दुखू लागली होती. पण अजूनही काही लॉबस्टरचे टँक स्वच्छ करायचे राहिले होते. नोकरी सोडून द्यायचा मनात कित्येकदा विचार आला. मी सतत मला बजावत आले की, ही नोकरी मला मिळणाऱ्या स्वातंत्र्याची किंमत आहे. आत्मप्रौढी घालवण्याचा एक पाठ आहे. टीका सहन करण्याची कला अवगत करण्याची युक्ती आहे. माझ्यातल्या आढ्यतेखोरपणाला आळा घालणारी शक्ती आहे.

माझ्याबरोबर काम करणाऱ्या लोकांपासून मी मला तसं जरा वेगळंच ठेवलं होतं. आज मात्र काम संपल्यावर माझे साथी विचारते झाले, "काय, बीअर घेणार का आज आमच्याबरोबर?" त्यांचा हा रोजचा शिरस्ता होता. फक्त मी त्यात कधीच सामील झाले नव्हते. पण आज वाटलं, काय हरकत आहे. तसंही गप्पा मारायला आपल्याला केव्हाही आवडतंच. म्हणून म्हटलं, "हो, नक्कीच. पण मला वाईन आवडेल बीअरपेक्षा."

"का नाही? वाईन पण आहे ना!" वाईनची बाटली समोर करत ते म्हणाले.

मग मीही बसलेच त्यांच्यात. वाईन, इतक्या गप्पाही उत्साह वाढवणाऱ्या होत्या. त्यांचे आपापसात जोक्स व हसणे-खिदळणे चालू होते. मीही त्या हसण्यात सामील झाले. कित्येक दिवसांत अशी मी हसले नव्हते. कोणाला ना कामाची गडबड होती, ना घरी जाण्याची घाई होती. हास्य-विनोदात मजेत वेळ जात होता. हास्यविनोदाला नेहमीच कंपनी लागते. तो एक प्रकारचा श्रमपरिहारही असतो. या तरुण मुलांच्यात बसून मला माझ्या मुलांची आठवण येत होती. दुधाची तहान ताकावर भागवणं चाललं होतं. मी इथे एकटी का आहे, माझं कुटुंब कुठे असतं, असे नाना प्रश्न त्यांच्याकडून येत होते. अगदी माझ्या कामाची स्तुतीही त्यांनी केली. त्यापेक्षा अधिक काहीतरी ही मुलं मला आज देऊन गेली होती. त्यांच्या या धाडसी आमंत्रणाला मला धन्यवादच द्यायला हवेत.

कल्लोळ सत्याचा

डिसेंबर अखेर

ज्याची इच्छा होती प्रबळ
आज पोहोचलो तेथे स्वबळ
मार्ग होता जरी खडतर
परमानंदे केला मी सुकर

– T. S. Eliot 'East Coker' FOUR QUARTETS

हवेतील थंडी रोज सकाळी मला उठवते. कष्टाने पांघरूण काढून मी फरनेसमध्ये आणखी काही लाकडं टाकते. जरा वेळाने पाणी उकळायला किटलीपण त्याच्या डोक्यावर ठेवते. परत पांघरुणात जाऊन पाणी उकळायची वाट बघत बसते. ही माझी आजकालची रोजची सकाळ. कधी लाकडं घरात आणायला विसरले, तरच बदल. सध्या आयुष्याच्या खेळात मी 'टाईम प्लीज' म्हटलं आहे. अशी सुटी कधी कधी फायदेशीर ठरते. जाणीव सर्व असते, पण सहभाग अगदीच थोड्यात. उद्योगात रममाण झालेली मी कुठलीही महत्त्वाची कामं करतच नव्हते. माझं मन मला सांगत आहे की, जरा बदलत्या निसर्गाकडे लक्ष दे. सारा निसर्ग हिवाळ्यात आपल्याच कोशात गुरफटून बसलेला असतो. अगदी आत्ताच्या माझ्यासारखाच.

पूर्वी हिवाळा वेगळा होता. घरात सतत फायरप्लेस जळत असे. जळक्या लाकडांचा वास घरभर भरलेला असे. काहीतरी तिखट, चमचमीत गॅसवर शिजत असे. मुलांची बास्केटबॉल खेळायला जायची किंवा यायची सतत गडबड असे. घरगुती कार्यक्रमांना ऊत आलेला असे. त्या निमित्ताने सतत कुठेतरी जाणं किंवा आपल्याकडे कोणीतरी येणं. सगळीकडे उत्साह नुसता फसफसत असे. आता मात्र मी एकटी होते. अगदी गप्पा मारायलाही माझ्याशी मीच. आपल्यासाठी आपणच लाकडं गोळा करायची, ती तोडून ठेवायची आपल्या थंडीसाठी. एकटीच कुठल्यातरी अंधारयात्रेला निघाल्यासारखी, प्रकाशाच्या ओढीने दूर बेटावर जाण्यासाठी उत्सुक असलेली.

ख्रिसमस मला कायमच आवडत आला आहे. पण आजकाल आजूबाजूला तटस्थपणे बघताना जाणवतं की, सगळा सोहळा हा स्त्रियांचाच उत्साह. सगळी धावाधाव, पार्ट्यांची जमवाजमव, घरात आनंदी वातावरण निर्माण व्हावं म्हणून मीही हेच करत होते की! घराला सजवणे, साफसफाई करणे, नवीन कपड्यांची खरेदी – किती आधीपासून माझी लगबग सुरू असायची. घरी पार्ट्या देणं, त्यासाठी सगळ्यांना आमंत्रण करणं, अगदी कधी कधी त्यांची जायची-यायची व्यवस्थाही करणं, स्वयंपाकघरात नानाविध पदार्थ बनवत राहणं – कशासाठी? तर घर आनंदाने भरून जावं म्हणून! पण माझा स्वत:चा त्यात सहभाग अगदी शेवटी शेवटी. सगळ्यांचं सगळं स्थिरस्थावर झाल्यावर. कधी कधी तर स्वत:ला मजा करायला अजिबात वेळ मिळत नसे. आमच्या वाचनाच्या मंडळात तर बायका मीटिंग सरळ कॅन्सल करत, कारण वाचन करायला काही वेळच नसे. मग चर्चा कसली करणार? मागच्या वर्षी ख्रिसमसच्या सुटीत आम्ही काहीजणी जरा वेळ का होईना भेटलो होतो. गप्पाटप्पा मारल्यावर जरा हलकं हलकं वाटलं. नेहमीच्या सुट्यांसारखी माझी ही सुटी नक्कीच नव्हती. पूर्वीच्या धावपळीच्या, गडबडीच्या सुट्यांपेक्षा अगदी वेगळी. हे वर्ष शुभेच्छा कार्डांचं नव्हतं. मला काही थोडी ख्रिसमस कार्ड्स आली होती; पण मी मात्र कोणालाच एकही कार्ड पाठवलं नव्हतं. फोन पण आन्सरिंगवर ठेवला होता. मला कोणाच्या शुभेच्छा नको होत्या अन् कोणाच्या प्रश्नांना उत्तरं द्यायची नव्हती. माझं भवितव्य मलाच अजून स्पष्टपणे कळलं नव्हतं. कोणाशी बोलण्याऐवजी मी विचार वहीत लिहीत होते. "जगणं म्हणजेच बदल होय. उत्तम आयुष्य जगण्यासाठी हा बदल सतत आवश्यक आहे." खरंच उत्तम जगण्यासाठी एवढी टोकाची भूमिका घ्यायला हवी का? कोण जाणे!

आज मी कामाला लवकर जायचा निर्णय घेतला. वाटेवर लागणाऱ्या चर्चमध्येही मला जायचं होतं. पाइन वृक्षांच्या छायेत ते चर्च विसावलं होतं. आत गेल्यावर मी गुडघे टेकून परमेश्वराची क्षमा मागितली – नवऱ्याला सोडून येण्यासाठी, माझ्या योग्यतेपेक्षा जास्त अपेक्षा ठेवण्यासाठी आणि अशा मार्गावर जाण्यासाठी, की जो फलदायी होणार आहे किंवा नाही हेही माहीत नाही. मी उठले. शांती मिळण्याऐवजी

मी सचिंत झाले. सगळं चर्च मेणबत्त्या व विजेच्या दिव्यांनी झगमगत होतं. वाटलं, बाहेर गेल्यावर मला उत्साह वाटेल. बाहेर सगळा ख्रिसमस बाजार लखलखत होता. रंगीबेरंगी कपड्यांची दिवाळी साजरी होत होती. वातावरणात हसण्या-खिदळण्याला उधाण आलं होतं. पण मला उभारीच वाटत नव्हती. दुकानातही गिऱ्हाइकांच्या मोठमोठ्या ऑर्डरींनी उत्साह वाटत नव्हता. कोण किती प्रमाणात मासे घेत आहे यावरून त्यांच्या घरात किती जणांची पार्टी असेल, त्याचे आडाखे मी बांधत होते. माझ्या मुलांची पण मला खूप आठवण येत होती. त्यांची लग्नं झाली, तेव्हा अगदी सजगपणे निर्णय घेतला होता की, आता त्यांचे प्लॅन्स वेगळे असणार. त्यांची निकड वेगळी असणार. हे समजून घेतलेलं सत्य होतं. पण सत्याची जाणीव आणि प्रत्यक्ष सत्य अनुभवणं, यांतही फार फरक आहे. गेल्या तीन वर्षांत आम्ही सारे ख्रिसमसला एकत्र आलोच नव्हतो. एखादा मुलगा कित्येक वर्षांत माझ्याजवळ झोपायला आलाच नव्हता. त्यांना कडेवर घेऊन, त्यांना नंगू बघून तर कित्येक वर्षं लोटली होती. ती आता मोठी झाली होती. त्यामुळे निसर्गनियमानुसार ही अवस्था संपुष्टात आली होती. सारं आत्ताच घडल्यासारखं वाटत होतं; पण वाफेसारखं हवेत विरून गेलं होतं.

रेडिओवर 'ख्रिसमसला घरी जाऊन खूप मजा करणार' अशा अर्थी गाणी चालू होती. आता मात्र मला राहावलं नाही. मी सरळ बाथरूम गाठलं आणि भरपूर रडून घेतलं. माझा नवरा मात्र मला भेटायला येणार होता, ज्याची मला खरंतर काळजीच वाटत होती. ही पुन्हा एकत्र आयुष्य घालवण्याची सुरुवात नव्हती ना? एवढ्यातच... मी तर अजून कुठलीच दिशा ठरवली नव्हती. अश्रू आणखीनच वेगाने ओघळायला लागले. मग मात्र मी मनाचा निर्धार केला. अशाने काहीच होणार नव्हतं. रडणं हा काही उपाय नाही. अश्रू पुसून ओठावर हसू आणीत मी बाथरूमच्या बाहेर पडले आणि थेट एका गिऱ्हाइकाला सामोरी गेले. त्याची पांढरी वाढलेली दाढी, डोळ्यांवरचा चष्मा, हातातले पांढरे हातमोजे. मला हसू आलं.

''आपण सांताक्लॉजच दिसताय.''

''हो, मला बरेचजण असंच म्हणतात.''

“नक्कीच तुम्ही कधीतरी सांताक्लॉज केलेला असणार.”

“हो, कालच.” तो हसून म्हणाला.

“हो का? मग मलाही सांताक्लॉजला काही मागायचं आहे. मलाही ख्रिसमस गिफ्ट हवं आहे.”

“तुला हवं ते सारं तुझ्याकडे आहे.” जराही उसंत न घेता तो म्हणाला आणि क्षणात नाहीसा झाला.

अचंबित अशी मी स्तब्ध झाले. त्याला काय माहीत माझ्याविषयी? आश्चर्यच आहे! माझ्याकडे सगळं काही आहे, असं तो कसं म्हणू शकतो? मी जरा चिडलेच. म्हणजे लोकांच्या दृष्टीने माझ्याकडे सगळं काही आहे. उत्तम तब्येत, माझं करिअर, उत्तम मुलं, विश्वासू नवरा आणि एकटीने राहण्यासाठी पैसा. अजून काय हवं असू शकतं एखाद्याला? बरंच काही. याव्यतिरिक्त बरंच काही. अश्रू गाळायला मैत्रीपूर्ण खांदा, आपल्या सुखात सुख शोधणारा कुणीतरी. आनंद वाटायला एक मैत्र. मला माहिती आहे की, कुठल्याही स्त्रीला तिला काय हवंय हे सांगणं कठीण आहे. कारण तिला सवय जडली आहे की, जे तिला मिळालं आहे, तेच तिला हवं आहे. पण मी मात्र आता सुरुवात केली आहे, मला काय नको आहे याची! माझ्या लग्नाचा शेवटचा अध्याय मी लिहिते आहे, नवऱ्याशिवाय. मला आता नवऱ्याचे सतत बदलणारे मूड, त्याचा थंडपणा याचा कंटाळा आला आहे. हे सगळं आता मला नको आहे. माझ्या असमाधानी वृत्तीचाही मला राग येतो. खरं तर आहे त्यात मी समाधानी राहिलं पाहिजे. त्या सांताक्लॉजबरोबरचं बोलणं वैताग आणणारं झालं खरं. पण नवरा इथे येण्यापूर्वी माझ्या प्रश्नांची उत्तरं मला मिळवलीच पाहिजेत, तरच त्याच्या प्रश्नांना माझ्याकडे उत्तरं असतील.

जोराचा वारा सुटला होता. वादळ येण्याची शक्यता होती. मालकाने सगळ्यांनाच घरी जायला सांगितलं. जाता जाता शुक्रवारच्या ख्रिसमस पार्टीची आठवण करायला तो विसरला होता. हो, साऱ्यांची! आमची पार्टी होती शुक्रवारी. मला एकटीलाच पार्टीला जाण्याची अजिबात इच्छा नव्हती. माझे पार्टीला जाण्याचे कपडेपण मी कुठे ठेवले होते, कोण जाणे. घरी जाताच ते प्रथम शोधून ठेवायला

हवेत. आता हळूहळू बर्फ पडायलाही सुरुवात झाली होती. काही क्षण मला पृथ्वीच्या कक्षेत येताना एखाद्या अंतराळवीराला जसं हरवल्यासारखं वाटतं, तसं वाटू लागलं. गावातले दिवे मागे पडत होते. गाडीच्या काचेवर व टायरखाली बर्फाचा एक विशिष्ट आवाज येत होता. या वादळाची आता मला भीती वाटू लागली होती. अस्पष्टशा रस्त्यातून वाट काढत जाणे म्हणजे एक धाडसच होते. अचानक मला मी लहान मुलांच्या खेळण्यातल्या काचेच्या बॉलमध्येच असल्यासारखं वाटायला लागलं. माझी बंद गाडी एक काचेचा बॉल, जो कुणीतरी उगाचच हेलकावतोय दिशाहीनपणे. कशीबशी मी एकदाची घरी पोहोचले.

घरात घुसल्यावर मी दार घट्ट बंद केलं, कडी घातली. जसं काही बाहेरचं जग बाहेरच बंद केलं. फायर केलं आणि गरम कोकोचा कप हातात घेऊन उबेला बसले. दार बंद केलं म्हणून मन भटकायचं थोडंच थांबतंय? ते मला चटकन विचारतं झालं, 'तुला नक्की हवंय काय?' याचं उत्तर साधारणपणे कुठलीतरी वस्तूच असतं. आपण असं कधीच म्हणत नाही की, मला माझी मानसिक अवस्था उत्तम हवीय किंवा एकत्रितपणे राहायचंय किंवा माझ्या आजूबाजूला हास्याचे फवारे हवे आहेत. गंमतच आहे! गेल्या वर्षी माझ्या मुलाने मला ख्रिसमस गिफ्ट काय हवी म्हणून विचारलं होतं.

"तू म्हटलेली पिकनिकच्या गाण्यांची टेप."

खरंच, मला त्याचा आवाज ऐकायची मनापासून इच्छा होती. त्याचा तो मधुर, मुलायम आवाज, चित्त शांत करणारा होता. तो मात्र खूप हसला माझ्या या मागणीला.

सी. एस. लुईस म्हणतो की, 'समाधानी वृत्ती ही भावना आहे, जी सगळीकडे भरून असते आणि ती कधीच संपू नये, ही आपली मानसिकता असते.' म्हणजे काय याची मी कल्पना करते आहे. इथे आत्ता एकटंच असणं मनाला समाधान नक्कीच देत आहे. ही रात्र आणखीन समाधानी असती, जर आत्ता माझ्याबरोबर माझ्या मूडसारखा कुणीतरी असता, जो फक्त हा क्षणच अनुभवतो आहे, लहानसहान गोष्टींत ज्याला रस आहे, जो हजरजबाबी आहे, हसरा आहे, ज्याच्या हास्याने वातावरण सुखद होत आहे, कुठल्याही गोष्टीला मनापासून

भिडणारा आहे, आनंद पसरवणे हे आपण कर्तव्य मानणारा आहे, असा कोणी आत्ता माझ्यासमवेत असता तर! मी फारच कल्पनेचे तारे तोडायला लागले आहे. असं कोणी असणार आहे का? सर्वगुणसंपन्न. यातील काही गुण असले तरी चालतील. माझ्या मागण्या फारच अवाजवी आहेत. माझ्या लग्नसंबंधात निर्माण झालेल्या दुराव्याची हीच तर कारणे नव्हेत? पण हे सगळं मिळवायला खूप पैसा किंवा शक्ती लागत नाही. फक्त थोडा स्वभावातला बदल. मला मात्र ते दुरापास्तच आहे.

ते मी माझ्याकडे खेचून आणू शकत नाही. त्यापर्यंत पोहोचू शकते हवं तर. इथेच कुठेतरी मी नापास झाले पूर्वी. दुसऱ्यांकडून फार अपेक्षा केल्या. त्या पुऱ्या करण्याकरता जिवाचा आटापिटा केला. पण चांगल्या गोष्टी सहजपणे घडतात. ओढून ताणून घडवता नाही येत. समाधानाच्या मागे धावून ते मिळत नाही. त्यासाठी स्वत:तही बदल आवश्यक असतो. मी माझ्या काही ठाम कल्पनांना मूठमाती दिली तर आमचे नातेसंबंध सुधारतील का? मला काय हवंय या प्रश्नाच्या उत्तराला काही दिशा मिळत होती. पण आत्ता मला काहीच करायचं नव्हतं. आत्ताची माझी स्थिती वाट बघण्याची होती. जबरदस्तीने मला काहीच करायचं नव्हतं. या निसर्गाने मला हेतूशिवाय जगण्यातही कसा स्वाभिमान आहे, ते शिकवलं होतं. त्या छोट्याशा घराने कमी कमी वस्तूतही मजेत जगता येतं, हे शिकवलं होतं.

हो, 'कमी' वरून आठवलं. माझ्याकडे असलेल्या काहीच ड्रेसेसपैकी मला पार्टीसाठी ड्रेस काढून ठेवायला हवा. मी माझ्या बऱ्याच रिकाम्या असलेल्या कपाटाकडे गेले. जीन्स, खाकी पँट, काही साधेसेच टॉप्स हे कसे पार्टीला घालू? खाली एका प्लॅस्टिकच्या पिशवीत एक चांगला काळा ड्रेस दिसत होता. चला, काहीतरी मिळालं तर! खुशीत मी तो घालून बघितला, पण मला खूपच घट्ट होत होता. म्हणजे मी चक्क लठ्ठ झाले होते तर. माझं मनमानी वागणं माझं वजन वाढवून गेलं होतं. आता मात्र मी चांगलीच गडबडले. होते नव्हते ते सारे कपडे घालून बघण्याचा मी चंगच बांधला. बापरे, मला कळलंच नाही मी जाडी झाल्याचं. शेवटी एक इलॅस्टिक असलेली पँट मला

झाली. एक काळा टॉपही बसला. त्यावरून स्वेटर घातला आणि जरा गळ्यात, कानात घातलं, की झाली पार्टीची तयारी. हुश्श! सुटले बुवा एकदाची! माझी आजी म्हणायची, परिश्रमपूर्वक आपण कुठल्याही अडचणींवर मात करू शकतो.

मी स्वयंपाकघरात गेले. पॅन घेऊन छान चमचमीत पदार्थ बनवायला घेतला. दुसरीकडे सूप, दालचिनी, जायफळ घालून उकळत ठेवलं. घरभर मस्त सुगंध पसरला. सीडी प्लेअरवर एक छान, धुंद गाण्यांची सीडी लावली आणि स्वत:साठी वाईनची बाटली उघडली. भूतकाळ मागे टाकत, माझा वर्तमान मी साजरा करायला सज्ज झाले.

शांत समुद्र, नि:शब्द रात्री

ख्रिसमस

वर्षातून एकदा थोडे दिवस मोठ्या माणसांच्या चित्तशक्ती अशा ऊर्जेने भरून जातात की, जी ऊर्जा अविचारी व लहान मुलांना सुजाणता देते.

– Michael Harrison 'THE STORY OF CHRISTMAS'

ख्रिसमसला दोनच दिवस राहिले आहेत अन् त्याला यायला काही तास. समोरचं झाड मी दिव्यांची माळ लावून सजवलं आहे. तो येण्यापूर्वी

मेणबत्त्या पण लावणार आहे. मी आत्ता चांगलीच अस्वस्थ आहे. मला भीती वाटतेय की, तो आल्यावर मी पुन्हा माझ्या बायकोच्या रोलमध्ये घुसणार. आत्ता कुठे मला एकटेपणाची सवय होते आहे. नेहमीसारख्या गडबडीने मी सणाचा स्वयंपाक केला. जिभेचे चोचले पुरवणारा आणि आत्मिक शांती देणारा. आपल्या आयुष्यात आपण साधारणपणे सत्तर-ऐंशी ख्रिसमस साजरे करतो. हा ख्रिसमस मात्र माझ्या मनाप्रमाणे साजरा करणार. माझ्याबरोबर कुणी असू दे, नाहीतर नसू दे. कुठेतरी वाचल्याचं आठवतंय की, फ्रेंच स्त्रीचा रोल हा दुसऱ्यांना आनंद देणारा असतो. पण या कार्यात ती स्वतःला आनंद देते. हा विचार मला नवीन होता. मी दुसऱ्यांना आनंद देण्यात तत्पर होते, पण तोच आनंद स्वतःला मिळवण्यात मात्र कमी पडत होते. या ख्रिसमसला मी हे घडू देणार नाही. सगळं फक्त स्वान्तसुखाय!

बाहेर मी गाडीचा आवाज ऐकला. खिडकीतून डोकावल्यावर त्याच्या गाडीचे दिवे दिसले. कोट अंगात चढवला, स्कार्फ गळ्याभोवती गुंडाळला आणि नवऱ्याच्या स्वागताला पुढे झाले. गेल्या तीन महिन्यांत एकटेपणाची इतकी सवय झाली होती की, पाहुण्याचे स्वागत जरा चमत्कारिकच वाटत होते. 'याला जीवन ऐसे नाव!' क्षणभर चुटपुटते. त्याने मला मिठीत घेतले व लगेच सोडले. मीही घाईने त्याच्या

हातातली बॅग घेतली व ती ठेवायला आत सटकले. मनात आलं, तो एवढ्या ड्रायव्हिंगने थकला असेल. माझ्यासारखाच गेले तीन महिने तोही विचार करत असेल, का त्याने अजिबात चिंतन केले नसेल? कसे घालवले असतील त्याने हे महिने? मजेत का चिंतनात? मुळात त्याला एकटेपणाची फार आवड आहे. त्याच्या आयुष्यात तो जास्त एकटाच राहिला आहे. मग हा एकटेपणा त्याला हवाहवासा वाटतो का? बापरे किती प्रश्न पडताहेत मला. मला स्वत:ला आवरायला हवं. आत्ताच प्रश्न विचारून वातावरण बिघडवू नये. जरा थांबूया. ही संध्याकाळ आपण आपापलीत उमलू दे.

आल्यावर सगळ्या खोल्या तपासायची त्याची जुनीच खोड होती. आताही तो तेच करत होता. मी त्याला ड्रिंक तयार करून दिले. स्कॉचची चव घेत तो तपासनिसाचं काम करतच होता. ग्लास रिकामा दिसताच पत्नीच्या तत्परतेने मी 'अजून आणू का' विचारले. तो फक्त माझ्या हातात ग्लास देता झाला. व्हरांड्यातल्या आरामखुर्चीत तो स्थिरावला. मी कोचावर संकोचून बसले. तो स्वत:तच मश्गुल होता. माझ्याकडेही बोलायला काही नव्हतं. मी थांबायचं ठरवलं. संवाद उमलायला काही वेळ लागणारच. बसल्या बसल्या मी त्याचं निरीक्षण करू लागले. त्याचे केस जरा जास्तच पांढरे झाले होते. चेहरा थकलेला, ओढलेला दिसत होता. माझ्यातही बदल झाले असतील का? मी जेव्हा त्याला सोडून आले, तेव्हासारखीच त्याला तणावपूर्ण वाटत असेन, का जरा मोकळी तणावमुक्त वाटत असेन? मी त्याच्या चेहऱ्यावरून अंदाज बांधण्याचा प्रयत्न करत होते. पण चेहरा नेहमीसारखाच निर्विकार होता. आम्हा दोघांत नीरव दृढ शांतता पसरली होती. मी एखाद्या मंत्रासारखी परत परत मनाला सांगत होते की, शांतात ही उत्तम मित्र असते. ती नैसर्गिकपणे गोष्टी घडण्यास मदत करते. तरीही ही शांतता मला असह्य होत होती. शेवटी मीच तोंड उघडलं, "कसा आहेस?"

"ठीक आहे. मी एक हेल्थ क्लब जॉईन केला आहे. तिथे मी टेनिस खेळतो. काहीही खाण्याने हे पोट फार सुटलंय."

मला उगाचच अपराधी वाटलं. माझ्यातली कर्तव्यदक्ष पत्नी जागी झाली. मला त्याच्यासाठी खूप छान छान पदार्थ बरोबर न्यायला करावेत.

"तू एकदा ये तिकडे, तुला माझी जागा आवडेल." तो सांगत होता. "घर जुनंच आहे, पण नीटनेटकं आहे."

"पुढच्या महिन्यात जमेल बहुधा. तोपर्यंत मच्छीबाजारातील माझं कामही संपेल."

"मच्छीबाजार? जोआन एक कोळीण?" तो उपरोधिकपणे म्हणाला. "काय करतेस तू तिथे?" आश्चर्यचकितपणे तो म्हणाला. जसं काही कोळ्यांचं आयुष्य त्याला चांगलंच माहीत होतं. आम्ही एकमेकांशी बोलताना सभ्यतेच्या साऱ्या मर्यादा पाळत होतो. त्यामुळे ते कदाचित तकलादू, वरवरचं वाटत होतं. "तुला आणखीन वाईन आणू का?" माझा रिकामा ग्लास बघून तो म्हणाला आणि वाईन आणायला आत गेला. मला माझ्या मैत्रिणीचं सांगणं आठवलं. ती एका मठात साधूंना शिकवण्याचं काम करत असे. "अगं, हे लोक जेव्हा शिकायला सुरुवात करतात, तेव्हा पवित्र पात्र एक वस्तू म्हणून सहज उचलतात. त्याच्या पावित्र्याची त्यांना जाण नसते. धार्मिक पावित्र्य आणि त्याचा आपल्याशी संबंध, हेच तर त्यांना समजावून सांगायचं असतं. आपली त्यात किती व कशी गुंतवणूक करायची, हे शिकवायचं असतं. त्याविना त्यांच्या साधुत्वाच्या शपथविधीला काहीच अर्थ नाही."

मी हेच सूत्र माझ्या आयुष्यात आणायचा प्रयत्न करत होते. मी जर त्या साधूंसारख्या खोल भावनेने व पवित्र मनाने लोकांशी वागायचं ठरवलं तर? माझ्या मनात विचार चमकून गेला. परत आलेल्या नवऱ्याकडे बघण्याची माझी दृष्टी बदलली. त्याच्यातले प्रेमळ वडील मला दिसू लागले. त्याने बजावलेली वडिलांची कर्तव्ये माझ्या नजरेसमोर आली. त्यातला कर्तव्यदक्ष नवरा समोर आला. आम्ही बसलो होतो ती खोली आता तणावाने नाही, तर पॉझिटिव्ह शक्तीने भरून गेली.

जेवण शांतपणे पार पडलं. त्यानंतर 'आपण पत्ते खेळूया का' या माझ्या प्रश्नाला तो उत्तरला, 'मी खरंच खूप थकलो आहे. झोपेची नितांत गरज आहे.' तो खरंच थकला आहे, का कंटाळला आहे? माझ्या मनात विचार आल्यावाचून राहिला नाही. घड्याळात बरेच वाजले होते. त्याने मला गुडनाईट किस केलं आणि पाहुण्यांच्या खोलीकडे तो चालता झाला. झालं, माझ्या डोक्यात विचारांचं काहूर माजलं. कुणी दुसऱ्या स्त्रीने त्याच्या आयुष्यात प्रवेश तर नाही ना केला? की कोणी ऑफिसातलीच

एखादी मैत्रीण आहे? मागच्या वर्षी त्याने कुणालातरी फुलं पाठवली होती. तीच असेल का? एक ना दोन, नानाविध विचार. मी साऱ्यांना मागे ढकलत माझ्या खोलीकडे चालू लागले. दुसऱ्या पहाटेची वाट बघत कॉटवर अंग झोकून दिलं.

पहाटे तो माझ्या खूप आधी उठला होता. कॉफीचा दरवळ घरभर पसरला होता. शॉवेलने बर्फ उपसण्याचा आवाज येत होता. फायर प्लेसमध्ये लाकडं जळत होती. मी आता कॉटवरून उठण्याचाच निर्णय घेतला. उठायला कुशीवर वळले आन् समोर बघते तो गरमागरम कॉफीचा कप टेबलावर ठेवलेला. ही त्याची जुनी सवय. किती छान वाटलं म्हणून सांगू! मी कप हातात घेऊन माझ्या बेडरूमचा जिना उतरले. खिडकीतून डोकावले, तर तो अजूनही बर्फ उपसण्यात गर्क होता. रात्री मोठाच स्नो-स्टॉर्म झाला असावा. त्याला गुडमॉर्निंग करत मी ब्रेकफास्टच्या तयारीला लागले. तो आत आल्यावर त्याला विचारले, ‘‘बीचवर जायची इच्छा आहे का तुझी?’’

‘‘मस्करी काय करतेस सकाळी सकाळी?’’

‘‘अशा स्नोस्टॉर्मनंतर समुद्रकिनारी जाण्याची मजा काही वेगळीच असते.’’

‘‘हो, जाऊया ना!’’ मला आश्चर्यचकित करत तो म्हणाला.

काही मिनिटांत आमची गाडी रस्त्यावर होती. खरं तर त्याला थंडी अजिबात आवडत नाही. समुद्रकिनारी तो फक्त उन्हाळ्यातच येतो. आज काय अघटित घडत होतं कोण जाणे. रोजच्या रूटीनचा कंटाळा येऊन काही वेगळं करावंसं वाटत होतं की काय, कोण जाणे. आत्ता तर आम्ही दोघं बाहेर पडलो होतो. निसर्ग नेहमीच एकत्र येण्यावर भर देतो बहुधा. मी गाडी सरळ समुद्रावरच आणली. जिथे वाळू चांगली टणक झाली होती, त्यावर घुसवली. तो म्हणालाही, ‘‘अगं, आपण या वाळूत फसून बसू हं.’’

‘‘मी असं अनेकदा करते. मागच्या आठवड्यात इथे खूप जास्त थंडी होती. त्याने आता हवामान खूप खराब होणार नाही. आपल्याला काही धोका नाही.’’

आमच्या आजूबाजूला बर्फाचे पांढरे ढीगच्या ढीग साचले होते. काय सुंदर दृश्य होतं ते. जसं काही शुभ्र क्रिमचे टॉपिंग केलं आहे.

“आपण थांबू या का इथे?” मी विचारले.

“जसं तू म्हणशील तसं.” तो काळजीपूर्वक म्हणाला.

सगळीकडे एक नीरव शांतता पसरली होती. स्वच्छ, सुंदर प्रकाश सर्वत्र दिसत होता. समुद्र थिजल्यासारखा शांत पहुडला होता. शांत, काही हालचाल न करता. अगदी आमच्या विवाहासारखा थंड. विवाह संबंधातला थिजलेपणा मानायला मन कधीच तयार नसतं. कुठेतरी गोठलेला बर्फ वितळण्याची कायम आशा असते.

मी फारच भावनिक झाले होते. त्याच्या चेहऱ्यावर मात्र अलिप्तपणा स्पष्ट जाणवत होता. त्याचे विचार कुठेतरीच भरकटत होते. फिरत फिरत समुद्राच्या आणखी जवळ जाऊन पोहोचले. वाटतं तितकं पाणी थिजलेलं, स्तब्ध नाही. काही बर्फाचे थर हळूहळू हलताहेत. बारीक लाटांवर तरंगताहेत. घनगंभीर गर्जना करणारा समुद्र आज कुजबुजत होता. सिल्क स्कर्टसारखी सळसळ कुठेतरी ऐकू आली आणि बर्फाच्या एका तुकड्यावर तो बसलेला दिसला. माझा सखा – सील. मी नवऱ्याचा हात जोरात खेचला. “तो समोर सील दिसतोय तुला?” त्याचंही तिकडे लक्ष गेलं. एक मोठं हसू त्याच्या चेहऱ्यावर पसरलं. लहान मुलांच्या उत्साहात आम्ही भरभर काही पावलं पुढेही गेलो. तोच पुन्हा बर्फ पडायला सुरुवात झाली. पटकन माझा हात सोडत तो म्हणाला, “मी जातो मागे आता. तू हवं तर थांब.” पाठ वळवून पठ्ठ्या चालूही लागला की!

बाजूला मला दोन मासेमारीच्या बोटी दिसल्या. बर्फाच्या थराखाली त्या अगदी घट्ट रुतल्या होत्या. बर्फ वितळेपर्यंत त्यांचे मालक त्यांना हलवूही शकणार नव्हते. ऋतूप्रमाणे माणसाने वागायला शिकलं पाहिजे. निसर्ग हेच तर शिकवतो. प्रत्येकाची आपापली वेळ असते. तोपर्यंत थांबायची चिकाटी माणसात हवी. बर्फ आज ना उद्या वितळणारच आहे. मी शांतपणे वळून माझ्या गाडीकडे चालू लागले. हा साठलेला बर्फ आणि थिजलेला, यापेक्षा बरंच काही आपल्या नशिबात आहे.

मला सगळं काही धूसर दिसत होतं. बर्फाचा पडदा माझ्या नजरेसमोर होता. त्याने मी जरा चाचपडत सावधपणे चालत होते. तो अगोदरच पुढे जाऊन बहुधा गाडीत बसला होता. लग्नवेळ साधण्यासाठी मी निघाले, तेव्हाचं चालणं मला आत्ता आठवलं. असाच तो वाट बघत पलीकडे उभा होता आणि हळूहळू मी पुढे सरकत होते. पण त्या वेळी

मी सावध होते का? कोण जाणे? माझी नजर पुन्हा त्याच्याकडे वळली. गाडीच्या खिडकीमागे काचेतून तो मला धूसरपणे दिसत होता. हो, धूसरच. आत्ताच्या आमच्या संबंधांसारखा, आमच्या धूसर भविष्यासारखा. मी जरा जास्तच दमले होते किंवा अति विचार करत होते. तरीही मला ही जागा सोडवत नव्हती. आकाशाकडे मान वळवत मी हात पसरले. परीसारखे माझे पाय हवेत तरंगताहेत का असा प्रयत्न केला. मला वाटत होतं, मी परीसारखी उडते आहे. आश्चर्यचकित झालेला माझा नवरा गाडीतून ओरडला, “अगं बाई, काय करते आहेस तू हे?”

“अरे, तुला मी परी नाही का वाटत?”

गाडीचं दार उघडत तो म्हणाला, “पुरे आता वेडेपणा. गाडीत चांगलं गरम आहे. आत ये, चल.”

गाडीचं इंजिन सुरू करून त्याने गाडी गरम केली होती. ऊबदार वाटत होतं आत. त्यात त्याने माझे हात लहान मुलासारखे चोळले. दातांची थडथड कमी व्हायला त्याने मदत झाली.

“तू बदलली आहेस. खरंच तू बदलली आहेस.” अचानकपणे तो म्हणाला.

“म्हणजे कशी?”

“जरा जास्त मोकळी वाटते आहेस.” काही वेळ थांबून तो विचारता झाला. “कसं जमलं तुला हे?”

“इथे राहण्याचा परिणाम! इथे मुळात माणसं कमी आहेत. त्यातून भरकटवणाऱ्या गोष्टी जवळ-जवळ नाहीतच. त्याने आहे त्यात तुम्ही समाधानाने राहता. या मोकळ्या निसर्गात राहून नैसर्गिकपणे जगण्याची सवय जडते तुम्हाला.”

गाडी आता घराच्या रस्त्याला लागली होती. मधेच त्याने गाडी जरा थांबवायची विनंती केली. मला नवल वाटले. रस्ता ओलांडून तो पलीकडे गेला. थंडीवाऱ्याने झोडपलेलं एक छोटं पाईनचं झाड तो घेऊन आला. झाड गाडीत नीट ठेवत तो म्हणाला, “आपल्याला एका ख्रिसमसच्या झाडाची गरज होती नाही का? तेही बिचारं आपल्यासारखंच थंडीत कुडकुडत होतं.” यावर आम्ही दोघंही मोठ्याने हसलो. वागण्यातली सहजता आमच्यातली दरी मिटवत होती.

“पण या झाडाला सुशोभित करायला आपल्याकडे काहीच नाही.”

"नाही कसं? आहे ना. हे बघ!" खिशातून नाना शिंपले काढत तो म्हणाला, "तू बीचवर भटकत होतीस ना, तेव्हा मी जमवले."

दोघंही प्रयत्नात होतो आपापल्या परीने दुरावा मिटवण्याच्या. ख्रिसमसला आम्ही दोघंच होतो, तरी अजून बऱ्याच गोष्टी करायच्या राहिल्या होत्या. त्याने झाड कुंडीत नीट लावून त्याला सजवण्याचं काम हातात घेतलं, तर मी स्वयंपाकाच्या तयारीला लागले. पूर्वी आम्ही वेगवेगळ्या कामात कधी पुस्तक वाचण्यात, कधी इतर लोकांत गर्क असल्याचे भासवत असू. एकमेकांच्या एवढ्या जवळ असून एकमेकांपासून काहीतरी लपवत आमच्यातलं अंतर वाढवतच असू. पण आज आम्ही खरंच कामात गर्क होतो आपापल्या. एक प्रकारची सुखद शांतता पसरली होती दोघांची. मनं उल्हसित होती. तो आपल्याच तंद्रीत गुणगुणत झाडाला शिंपले बांधण्याचा निकराचा प्रयत्न करत होता.

"काही मदत हवी तुला?"

"हो ना, माझी बोटं बघ किती जाड आहेत हे नाजूक प्रकरण हाताळायला. तुझ्यासारखी नाहीत. तुला हे काम उत्तम जमेल. बरं, आज रात्रीचा काय प्लॅन आहे?"

'नेहमी मीच का प्लॅन करायचं?' माझी उगीचच चिडचिड झाली, पण आज मी जरा गप्पच बसायचं ठरवलं होतं.

"तुला बहुधा चर्चमध्ये जायचं असेल ना?" इति तो.

'हा खरं तर भांडणाचा मुद्दा होऊ शकतो. ख्रिसमस आणि चर्च एकत्रितच येतात. त्यासाठी असले प्रश्न कशाला? असो.'

"हो ना, इथे एक साधसंच पण खूप छान चर्च आहे. अगदी न तयारी करता गेलो तरी चालण्यासारखं आहे."

ग्लासातल्या ड्रिंकचा सिप घेत तो म्हणाला, "आपण आत्ताच प्रार्थना करून येऊ या."

ख्रिसमसच्या आदल्या रात्री चर्चमध्ये जाणं मला तसं कंटाळवाणच वाटतं. किती गर्दी असते तिथे. पण आज इथे चर्च उत्तमप्रकारे सजवलं होतं. मैदानात प्रार्थना होती आणि गर्दीही नव्हती. मोकळ्या वातावरणात मन आणखीनच उल्हसित झालं. व्हर्जिन मेरीची शोभायात्रा आमच्या समोरूनच जात होती. मेरीच्या पायात सुंदर बूट होते. हनुवटीवर एक सुंदरसा खडा चिकटवला होता आणि जिझस बाळ होतं. परिपूर्ण आईचं

रूप. तिच्यामागे तीन राजे, राणी, वेगवेगळ्या वंशातील मेंढपाळ. काही कोळी आणि खूप सारी लहान मुलं होती. या सगळ्या शोभायात्रेने सारे स्तब्ध, विचारमग्न, गंभीर झाले होते. तेवढ्यात त्या मिरवणुकीतला एक मुलगा मला जांभई देताना दिसला. मला हसू आलं आणि बरंही वाटलं. आम्ही परतायचा निर्णय घेतला. मग नंतर या मिरवणुकीचं गांभीर्य संपतं. लोक गप्पाटप्पा करण्यात गुंततात. प्रार्थनेचा कागद मी खिशात घातला आणि आम्ही निघालो.

'हे देवा, आमच्या भरकटलेल्या आणि मूर्ख वागण्याला माफ कर. आम्हाला नवीन मार्ग दाखव, ज्यावरून आम्ही सचोटीने व प्रामाणिकपणे मार्गक्रमण करू.' – प्रार्थनेचे शब्द कानावर पडत होते. मन हळवं झालं होतं.

घरी आल्यावर आम्ही एकमेकांना गिफ्ट्स दिल्या. त्याने त्याच्या आईच्या डायमंडच्या इअररिंग्ज, एक वॉल हँगिंग ज्यात यशस्वी दहा जणींचे फोटो व कार्ड होतं व एक जागा माझ्यासाठी रिकामी होती आणि एक सिरॅमिकचं पेंडंट दिलं. मी मात्र त्याला फक्त एक वॉटरकलर पेंटिंग दिलं, ज्यात आमच्या घराचं मागचं अंगण, त्यात खेळणारी मुलं आणि हो, पोर्चमध्ये बसलेली आमची मांजरंही होती. नंतरचं आमचं संभाषणही खूप चांगल्या मूडमध्ये झालं. आमच्या बिघडलेल्या लग्नाचा विषयही त्यात सहजपणे आला. त्यावर मी लगेच बोलले, "आपलं एकमेकांचं नातं जरा बिघडलंय. लग्न तर आपलं यशस्वीच झालं. त्याचे कितीतरी पुरावे आहेत. आपण एकत्रितपणे जमवलेले मित्र-मैत्रिणी आजही आपल्यासोबत आहेत. आपण एकत्रितपणे वाढवलेली मुलं उत्तम नागरिक आहेत. आज त्यांना आपल्याविषयी आदर आहे. अजून कितीतरी, नाही का?"

तात्पुरते आमच्यातले तणाव मिटले होते. पाण्याने आपला प्रवाह बदलून आमची तहान भागवली होती. तरीपण मी लगेच त्याच्याबरोबर जाण्याइतकी खुळी नव्हते. हे सारं तात्पुरतं आहे याची जाणीव मला होती. मला आम्ही जिथे होतो तिथेच पुन्हा जायचं नव्हतं, तर माहीत नसलेल्या मार्गावर जाऊन आम्ही काय करतो ते बघायचं होतं.

माझी पावलं ओलावताना

नवीन वर्षाची संध्याकाळ

प्रत्येक १ जानेवारी हा आपल्या जीवनप्रवासातला काल्पनिक असा एक मैलाचा दगडच असतो. ज्यावर आपण चिंतनासाठी विसावू शकतो किंवा त्यापासून नवीन सुरुवात करू शकतो. जो माणूस नवीन वर्षात स्वतःला एवढंसुद्धा बजावत नाही की, या नवीन वर्षात मागल्या वर्षापेक्षा मी अधिक चांगली व्यक्ती बनेन, तो एकतर फार चांगला माणूस असतो किंवा अत्यंत वाईट माणूस असतो.

– Charles Lamb

नवीन वर्षाची पहिली रात्र होती अन् गेलेल्या वर्षाची शेवटची. मी दोन मैल धावण्याच्या शर्यतीत ७६ नंबर घेऊन धावायला उभी होते. माझ्यासारख्या मध्यमवयीन, खेळाडू नसलेल्या जाडसर व्यक्तींना खरं तर शर्यतीत भाग घ्यायची गरजच काय? शर्यतीत भाग घेणे ही मी एक संधी समजले. स्वत:ला जाणून घेण्याची. लहानपणापासून मी माझ्या शरीराचा द्वेषच करत आले होते. म्हटलं, जरा फिट राहून काय वाटतं, शरीर कसा प्रतिसाद देतं ते तर बघूया. ही केवळ धावण्याची शर्यतच नव्हती, तर वेशभूषा स्पर्धाही होती. मी लाल रंगाचा ट्रॅक सूट घातला होता. लाल टेबलक्लॉथ गळ्याशी बांधला होता. तो मोठा टेबलक्लॉथ एखाद्या सुपरमॅनच्या हुडसारखा पाठीमागे लोंबत होता. डोक्यावर रॉबीन हुड स्टाईल टोपी घातली होती आणि हातात एक बास्केट घेतली होती. एखाद्या मजेशीर जोकरसारखीच दिसत होते मी. माझ्या बरोबरच्या सवंगड्यांनी तर बेसबॉल हॅट, गॉगल्स, प्लॅस्टिकची नाकं असलेले चष्मे, टी-शर्टवर वेगवेगळ्या साईन्स असे नानाविध प्रकार केले होते. धावपटू म्हणून आपला उत्साह कुठेही कमी पडू नये याची सगळेजण काळजी घेत होते.

अशा प्रकारच्या शर्यतीत मी प्रथमच भाग घेत होते. त्याने अंगात बिनधास्तपणा मुरला नव्हता. संकोच फार वाटत होता. मी आजूबाजूला नजर टाकली. सहभागी झालेल्या साऱ्याजणांचे शरीरसौष्ठव उत्तम होते. ते उत्तम धावण्याचे शूज घालून आले होते. मला माझीच लाज वाटू लागली. मी माझ्या या जाडसर शरीराचा अभिमान अगदी पाच-सहा

वर्षांची असताना व गरोदर असतानाच फक्त बाळगला. मुलं झाल्यानंतर माझं पोट आणि शरीर चांगलंच सुटलं. एखाद्या भिजवलेल्या कणकेसारखं सैल पोट आणि त्यावरचे स्ट्रेचमार्क्स ही काही अभिमान बाळगण्याची गोष्ट नव्हतीच. त्यावर कडी म्हणजे उतरलेली छाती, कमरेचा झालेला कमरोबा. अशा प्रकारचं शरीर कधीतरी सेक्सी दिसणारं होतं का?

आजपर्यंत मी स्वत:च्या शरीराकडे जे दुर्लक्ष केलं होतं, त्याची भरपाई म्हणून मी आज धावायला उभी होते. मी धावण्याची थोडीशी प्रॅक्टिसही केली होती. थोडे स्ट्रेचिंग एक्सरसाइजही केले होते. दरवर्षी १ जानेवारीला वजन कमी करण्याचा पण, जानेवारी अखेरपर्यंत संपुष्टात येत असे. या वर्षी मी सुरुवातच माझ्या शरीराची परीक्षा घेऊन करणार होते. आधीच खूप काळ वाया गेला होता. आता नाही. आता मला अगदी फिट बनायचं होतं. त्या भरात मी माझा पाय जरा जास्तच कुल्ल्याकडे खेचला. पायात असा काही गोळा आला की, पाय पुन्हा जमिनीवर टेकवणे कठीण झालं. देवा रे– मी फारच हलगर्जीपणा केला आहे. केवढं दुर्लक्षित ठेवलं हे शरीर. जरा आधीपासून लक्ष द्यायला हवं होतं. पण स्वत:च्या शरीरयष्टीकडे लक्ष द्यायला मला कधी शिकवलंच नव्हतं. माझी आई, माझी आजी यांनीही कधी स्वत:कडे विशेष लक्ष दिल्याचं आठवत नाही. मुलं होणं यातच सार्थकता. पण नंतर स्वत:ची काळजी घ्यायची असते, हे कुठे गावीच नाही. मग यात आश्चर्य कसलं की, आपण आपलं शरीर उत्तम ठेवावं ही जाणीव मला आत्ता होते आहे, आयुष्याच्या उतरणीला. केस खराब होतात व अतिशय घाम येतो म्हणून मी कायम जिमला जाणं टाळलं. माझं शरीर मी मला कायम अनोळखी ठेवलं. सयामी बाळांसारखं मन शरीराला चिकटलेलं असतं तरीही. निष्काळजीपणामुळे शरीराला काही शिस्तच लावली नाही. त्यामुळे आता माझ्या शरीराचे सगळे भाग बोलू लागले होते.

अधून मधून मी डॉक्टरकडे गेले होते. नाही असं नाही. एका डॉक्टरने खूप महागडी टेस्टही करायला सांगितली. निष्पन्न काय, तर अतिकाळजी करण्याचा स्वभाव. माझ्या प्रसूतितज्ज्ञाने मला मुलांची नीट काळजी घ्यायला सांगितली, तर कोणी मुलांची आई म्हणून जरा भरलेलं शरीरच चांगलं असं सांगितलं. त्यामुळे झालं काय की, मी डॉक्टरकडे जाणं सोडलं आणि स्वत:च्या शरीराचा नुसता राग राग

करायला लागले. पण हळूहळू वयानुसार शरीर मला सिग्नल्स द्यायला लागलं. सुरुवात झाली पाठ दुखण्यापासून. त्यासाठी बरेच दिवस अंथरूण धरायला लागलं. त्यातच मधून मधून डोकेदुखी, खांदेदुखी होतीच. अनेक वर्षं दुर्लक्ष झालेलं शरीर एखाद्या हट्टी मुलासारखं त्याच्याकडे लक्ष द्यायला भाग पाडत होतं. त्याचाच परिणाम म्हणून की काय, एवढ्या थंडीत मी या धावण्याच्या शर्यतीत भाग घेतला होता. शरीरावर माझी मीच घातलेली सारी बंधनं झुगारून, लाजलज्जा बाजूला ठेवून मी शिट्टीची वाट पाहत धावण्याच्या तयारीत उभी होते. आजचा दिवस माझा होता. गेला बाजार मी ऐंशी वर्षे जगले, तरी त्याला अजून तीस वर्षे होती. म्हणजे सुधारण्यासाठी माझ्याकडे ३६० महिने होते. तेवढ्यात शिट्टी वाजली. मी घाबरतच पाऊल पुढे टाकलं. पाय थरथरत होते, हृदयाचे ठोके वाढले होते. पण प्रेक्षकांकडून खूपच प्रोत्साहनात्मक टाळ्या, शिट्ट्या येत होत्या. पाचएक मिनिटं त्या भरात मी जोरात धावलेही, पण लगेचच माझं शरीर बोलायला लागलं. माझ्या मांड्या भरून आल्या, पोटऱ्यांत गोळे आले. समोर बघते, तो एक टेकडी. ती आपल्याला आता चढायची या कल्पनेने जरा कापरंच भरलं. छे! हे मला शक्यच नाही. शरीर आणि मन दोघेही नकारात्मक झाले.

पण माझ्या आजूबाजूला अनेकजण होते. त्यांच्या पावलावर पाऊल टाकत मी माझं धावणं सुरूच ठेवलं. पॅनकेकसारखी सपाट पोट आणि भरलेल्या घट्ट छात्या सांभाळत सारे शिस्तीत धावत होते आणि त्यांच्याविरुद्ध मी. आता मात्र माझ्या पायात मणामणाची ओझी बांधल्यासारखं वाटत होतं. माझा वेग खूपच कमी झाला. मी हळूहळू मागे पडत गेले. मला बरंच वाटलं. एकटीनेच धावायचं. स्पर्धा नकोच. मला खरं स्पर्धा आवडतच नाही. मला आठवतंय, मी एकदा एका पुस्तकाचा खप वाढावा म्हणून टीव्हीवर आले होते. माझ्या आधी बोलणाऱ्या एका लेखिकेने तिच्या पुस्तकाच्या लाखभर प्रती खपल्या आहेत असं सांगितल्यावर मला दडपणच आलं. मी माझ्या शेजारी असणाऱ्या स्त्रीला तसं बोलले. "हिच्या या बोलण्यानंतर माझं पुस्तक मी कसं प्रमोट करू?" ती म्हणाली, "तुलना करू नकोस. सगळं ठीक होईल." खरंच तुलना नको. अजिबात नको. या छोट्या-छोट्या टेकड्या धावते आहे ना मी पण. मग कोणी का पुढे जाईना." आता

मात्र मी खूपच दमले होते. छाती धपापत होती. श्वास जोरजोरात होत होता. पाय चांगलेच गरम झाले होते. वाटत होतं, आता बहुधा मी मरणार. किती मूर्ख कल्पना होती माझी धावण्याची. मुलाला जन्म देताना जशी आईची अवस्था होते, तशी माझी झाली होती. त्या क्षणी ते सारं असह्य, नकोसं असतं; पण शेवटाला न्यायचंच असतं. तसंच काहीसं मी ठरवलं. एका जाडजूड महिला पोलिसाने मला चिअर करत म्हटलं, "उत्तम, अतिउत्तम! तू रेस नक्की पूर्ण करणार." मी हसून तिला हात दाखवला आणि ठरवलं, माझ्या आणि तिच्यासाठी मी ही रेस पूर्ण करणारच. कुठूनतरी माझ्यात पुनश्च उत्साह संचारला. केल्याने होत आहे रे... मी रेस पूर्ण करणार. करणारच!

खरं तर मी जरा जास्तच कपडे घातले होते. स्वेट सूट घालूनही काखेतून, पाठीच्या कण्यावरून, घामाच्या धारा वाहत होत्या. थंड तापमान म्हणून मी एवढे कपडे घातले. मला कल्पनाच नव्हती की, एवढ्या थंड हवेतही आपलं शरीर इतकं गरम होऊन आपल्याला घाम येऊ शकतो. जोआन, जरा श्वास ताब्यात आण. मोठमोठ्या अंतरावर पावलं टाक आणि उरलेलं अंतर लवकर संपव. माझ्या शरीरावर खरं तर हा अत्याचारच होता. एकदमच एका दिवशी सुरात नसलेल्या शरीराला किती पळवायचं? आता त्याच्याशी, माझ्या शरीराशी मला दोस्ती करायला हवी. त्याला हळूहळू प्रशिक्षण द्यायला हवं. आता ते फक्त माझ्याकडे कुरकुरते आहे. कुरकुर नाहीशी करण्याचा प्रयत्न मला करायला हवा. काहीतरी अदृश्य असं दृश्य स्वरूपात नजरेसमोर येत होतं. थकले नक्कीच होते, पण निश्चयाचं बळ नक्कीच वाढलं होतं. तेवढ्यात मला माझ्या स्वप्नपूर्तीची रेषा समोर दिसली आणि मी ती रेषा पार केली. बऱ्याच टाळ्या ऐकू आल्या. मी यशस्वी झाले होते. होय, सगळ्या शारीरिक, मानसिक अडचणी पार करत मी यशस्वी झाले होते. माझं थकलेलं शरीर, वाढता श्वास आवरत मी शेजारच्या बाकावर बसले. हिम्मत केली, पण फळाला आली. माझे वडील नेहमी म्हणायचे, 'हिम्मते मर्दां तो मदते खुदा!' दुर्लक्षित शरीराने मला आज चांगलीच साथ दिली होती. आता यापुढे मी त्याच्याकडे दुर्लक्ष करणे बरोबर नव्हे. मला काही एखाद्या खेळाडूचं किंवा नटीचं शरीर नको. असं शरीर पाहिजे की, जे शेवटपर्यंत काम करेल. साथ देईल. एवढंच माझ्यासाठी खूप आहे.

सगळे एकत्र जमा झाले होते. सगळ्यांच्या हातात भांडी, पॅन, ताटल्या, डाव, चमचे, कालथे होते. आता शोभायात्रा निघणार. सगळे आपापल्या हातातली भांडी वाजवणार. जुन्या-वाईट विचारांना त्या आवाजाने पळवून लावणार व नव्याने स्वागत करणार. माझ्या लक्षात आलं की, आज नेमकं मी तेच केलंय.

पूर्वी मला कोणालाही निरोप द्यायला आवडायचं नाही. फार व्यथित व्हायची मी. कारण निरोप द्यायची व्यक्ती, निरोप द्यायचा काळ, तुमच्या परिचयाचा असे. त्याला निरोप देऊन नव्याचा स्वीकार सुखकारक नसे. पण आता नाही. सगळ्या प्रकारच्या भीतीने माझ्या जीवनाचा कब्जाच घेतला होता जणू. आता ही भीती झुगारून द्यायची वेळ आली आहे. शेजारच्या कॅफेटेरियात मी शिरले. गरम कॉफी घेतली. नव्या वर्षीचा माझा नवीन पण तयार होता. जुन्याला तिलांजली दिल्याशिवाय नव्याला जागा कशी मिळणार? व्यायाम करण्यानेच माझ्या शरीराचं भलं होणार होतं. मी आज खरंच एका मानवी शर्यतीत भाग घेतला होता आणि जी मी जिंकले होते. माझ्यातल्या भीतीला तिलांजली देऊन मी धैर्याला सामोरे जाण्याचा ठाम निर्णय घेतला होता.

धुकेच धुके

फेब्रुवारी

निजण्यासाठी मी जेव्हा उठते
माझे उठणे हळुवारपणे मी झेलते
जेव्हा मी निर्भय निडर असते
माझे प्राक्तन त्यात डोकावते
मज ज्या दिशेस जायचे असते
तेथे गेल्यावर ती मला समजते.

– Theodore Roethke 'The Walking'

मी स्वयंपाकघरात माझ्या आजीच्या जुन्या टेबलाशी, माझा तिसरा कॉफीचा कप पीत बसले आहे. दररोजचं माझं दिवसाचं महत्त्वाचं काम म्हणजे सकाळी सकाळी चार मैल फिरून येणे. फिरताना नेहमी मी माझ्याच विचारात असते. भरभर फिरण्याने रक्त सळसळतं, शरीर गरम होतं, उत्साह अंगात संचारतो. पण चालणं संपवून घरी येताच कंटाळवाणं होतं. कारण दिवसाचा काहीच गोल नसतो. माझ्या अपेक्षेपेक्षा हा एकटा प्रवास कंटाळवाणा आहे. गेले काही दिवस तर मी वेळ कसा सटकतो, तेच बघण्यात दिवस घालवले. वाळूच्या घड्याळातून वाळू पूर्ण पंधरा मिनिटांत खालच्या भागात येते. मग पुन्हा त्याला उलटं करायचं. पुन्हा पडणारी वाळू बघत बसायचं. वेळ घालवत बसणं, दुसरं काय? याचं महत्त्वाचं कारण म्हणजे दोन दिवसांपासून पडणारा बर्फ. त्यानं असं घरात जखडवून ठेवलं आहे. घरात फोन नादुरुस्त झाला आहे आणि वीज नाही. पूर्वी मला बर्फाचे दिवस खूप आवडायचे, जेव्हा मुलं लहान होती. मग ती गादीत जास्त वेळ लोळत पडायची. माझा त्यांना उठवण्याचा धोशा स्वयंपाकातील कामाबरोबर सुरू असायचा. काहीतरी गरमागरम पदार्थ तयार होईस्तोवर मुलं जाम उठत नसत.

या छोट्या गावात, साफ न केलेल्या बर्फाच्छादित रस्त्यात अशा दिवसांत राहणं म्हणजे गंमत नव्हेच आणि मुख्यत्वे तुमचा लाकुडफाटा संपला असेल, तर मुळीच नाही. रस्त्यावर पडलेल्या झाडांच्या फांद्याही तोडायला बाहेर जाता येत नाही. शेजाऱ्यांकडून मागायचं तर त्यांची

लाकडं त्यांना हवीत. मागील अंगणात पडलेल्या झाडाच्या फांद्या मी तोडायचा प्रयत्न केला, पण पुरेसा सूर्यप्रकाश नसल्याने तेही साध्य झालं नाही.

गेल्या सहा महिन्यांत मी नक्की काय केलं या प्रश्नाचं उत्तर माझ्याकडे विशेष काहीच नव्हतं. सरता प्रत्येक दिवस माझी काळजी आणखीनच वाढवत होता. लहान मुलांच्या दोन पुस्तकांवरच माझं काम आता संपत आलं होतं. त्यानंतर सगळा अंधारच होता. माझ्या प्रकाशकाने दुसऱ्या देशात हलण्याचा निर्णय घेतला होता. आजपर्यंत आम्ही दोघांनी मिळून चांगलं काम केलं होतं. पण यानंतर आता दुसरा प्रकाशक बघणं आलं. हे अगदी डायव्होर्स घेतल्यासारखंच वाटत होतं. त्याने उगाचच उदासीन वाटत होतं. मागच्या वर्षातल्या अनेक नुकसानीतलं हेही एक नुकसान!

गेल्या वर्षी सगळ्यात मोठा धक्का दिला तो माझ्या वडिलांच्या मृत्यूने. मला भरभरून रडताही आलं नाही. आईच्या विधवा होण्याच्या दु:खानेच माझा कब्जा घेतला होता. त्यात आणखी माझ्या एकुलत्या एका भावाशी माझं झालेलं भांडण. त्याच्या बायकोला त्याच्या भूतकाळाशी काही घेणं-देणं नव्हतं. तिला तिच्याशिवाय त्याच्याबरोबरची कोणाची नातीही नको होती. वडिलांच्या फ्युनरललाही न येण्यावरून मी त्याला बोलले आणि उगाचच बाचाबाची वाढली. त्याचं पर्यवसान त्याच्या घराचं दार माझ्यासाठी कायमचं बंद होण्यात झालं. आज या एकांतवासात या साऱ्या गोष्टी – वडिलांचं जाणं, भावाशी भांडण, शिळं झालेलं लग्न – सारंच उदासीन करत होतं. हिवाळ्यात बाहेर पडणं अशक्यच होतं. त्याने खोल्याखोल्यांतून फिरत मी स्वत:चाच शोध घेत होते.

असंच फिरता फिरता मला गेल्या आठवड्यात जुन्या फोटोंचं एक खोकं सापडलं. प्रथम मी ते सारे फोटो काळानुसार खोलीभर मांडून ठेवले आणि मग साऱ्यांचं निरीक्षण करत बसले. माझ्या लक्षात आलं, पाच-सहा वर्षांपर्यंतच्या माझ्या फोटोत मी अगदी निष्पाप, निष्कपट दिसत होते. कितीतरी फोटो – कधी बर्फात खेळताना, कधी समुद्रकिनारी, कधी मागच्या अंगणात, कधी झाडांवर चढताना, तर कधी माझी तीन चाकी चालवताना. माझा भाऊ

कायम माझ्या बाजूला होता. पण नंतर आम्ही घर बदललं आणि मग सतत घर बदलतच राहिलो. प्रत्येक बदलीच्या गावी गेल्यावर सगळं नवीन. आधीचं सारं इतिहासात जमा झालेलं. नंतरच्या माझ्या फोटोकडे बघताना जाणवलं की, त्या मुलीच्या डोळ्यांत अनोळखी भाव आहेत. घाबरटपणा, तणाव, कसलंतरी दु:ख त्या डोळ्यांत आहे. तरीही ते हतबल नाहीत. आव्हान पेलणारे आहेत. कुमार वयातले फोटो एका दृढनिश्चयी तरुणीचे वाटत होते. वेगळं वातावरण, शहर, घर, शाळा, शेजारपाजार, मित्रमैत्रिणी इत्यादी अनेक बदलाला ठामपणे सामोरे जाणाऱ्या दृढनिश्चयी तरुणीचे. हे सततचे बदल खोल आत कुठेतरी बदल घडवतच असतात. काही नातेसंबंधाचे नाजूक धागेही त्यात तुटतात. त्या फोटोतली 'मी' मला हरवलेली वाटत होते. गेलेल्या वेळेची भरपाई करावी, तिला हाताला पकडून तिच्यातला आत्मविश्वास जागवावा, असं मला खूप वाटलं.

मी मला शोधण्यात चांगलीच हरवून गेले होते. बास झालं आता. भूतकाळात रमून काहीच साध्य होणार नाही. जोआन, जुन्या जाणत्या रस्त्यावर परत जाणं योग्य नव्हे. आव्हान आहे, ते नित्यनूतन दिवसाचं स्वागत करण्यात. माझे विचार मी झटकून टाकले. डोळे मिटून जुने विचार मनातून काढून टाकण्याचा प्रयत्न करू लागले. डोळे उघडताच समोर एक जुना क्रॉस दिसला. मीच तो मेक्सिकोहून आणला होता. त्याचा खडबडीतपणा त्या वेळी मला फार आवडला होता. त्याच्याकडे बघता बघता मला वाटलं, माझीही अवस्था आज त्या क्रॉससारखी आहे. एक त्यातला मार्ग माझा भूतकाळ आहे, ज्यावर मी आता जाऊ शकत नाही. डाव्या बाजूचा मार्ग माझ्या नवऱ्याकडे जातो, जिकडे जायची माझी इच्छा नाही. उजवा आणि समोरचा मार्ग अंधारात आहे, जो कुठे जाईल याची काहीच कल्पना नाही. माझ्या पुढे नक्की कुठले मार्ग आहेत, काय करायचं ठरवलं आहे मी, काहीच का दृष्टिपथात येत नाही. एकदा एक विदुषी आमच्या क्लबमध्ये भाषण द्यायला आल्या होत्या. त्या म्हणाल्या होत्या की, चौरस्त्यावर आपण अनेकदा उभे असतो, काय करावं या संभ्रमात. ज्या स्त्रिया शूर, धाडसी असतात, त्या स्वत:चे निर्णय स्वत: घेतात. स्वत:चा मार्ग स्वत: निवडतात. इतर मात्र आपला

मार्ग इतरांना निवडायला देतात. आपण काय करायचे, हे ज्याने त्याने ठरवायचे असते.

मला अजून काहीच कसा निर्णय घेता येत नाहीये? मला माझा मार्ग शोधायला धडपडलंच पाहिजे. तेही लवकर. मी खिडकीच्या बाहेर जरा नजर टाकली. बाहेर दाट धुक्याचा थर पसरला होता. शुभ्र पांढऱ्या रंगाचे वातावरण करड्या रंगात परिवर्तित झाले होते. सर्वत्र पसरलेल्या या दाट धुक्यातून वाट शोधायलाच हवी होती. सकाळपासून तीव्रतेने मला घराबाहेर पडायची इच्छा होत होती. पायात चप्पल घालून मी शेवटी गाडीत बसलेच. रस्त्याच्या कडेला बर्फांचे ढीग, ओलसर रस्त्यावरून घसरणारी गाडी आणि आपलाच हातही दिसू नये इतकं दाट धुकं. पण मी आज जाणारच. गाडी सरळ समुद्रकिनारी न्यायचा निर्णय घेतला. गाडी बाजूला पार्क करून मी थिजलेल्या, गारठलेल्या किनाऱ्यावर उतरले. दिसत काहीच नव्हतं, पण लाटांचा आवाज येत होता. परिचयाचा रस्ता असल्याने अंदाजे पावलं टाकत मी पुढे जात होते.

हे दाट धुकं तुम्हाला एक प्रकारचा स्वत:विषयी विश्वास देतं, निश्चयीपणा देतं. त्याच भरवशावर तर मी पुढे जात होते. दाट धुक्यातून अनिश्चित अशा ठिकाणी, पण निश्चितपणे पुढेच. मी जेटीकडे पोहोचले. उत्तम जागा, जिथे मला आत्ता कुणी शोधू शकणार नाही, की माझा मार्ग बदलायला कोणी येणार नाही. मी हळूच चढत एका दगडापर्यंत गेले. निसरड्याची काळजी घेत मी एकेक दगड पार करत राहिले. पूर्णपणे एकटी. मला मी फारच शूरवीर असल्यासारखं वाटायला लागलं. तेवढ्यात एका वयस्क स्त्रीच्या आकृतीने मी दचकले. ती आकृती आता माझ्यासमोर होती.

"हॅलो! या गावातल्या आपण दोघीच अशा दाट धुक्यात येथे आलो आहोत वाटतं!" ती हसत हसत म्हणाली.

"हो. बघू या, आपण कशा आहात? मी जोआन– जोआन अँडरसन."

"मी पण जोआनच आहे. या गावात मी नवीनच आहे. पण काय छान जागा आहे, नाही ही?"

"हो ना!" मी तिचं निरीक्षण करू लागले. नाजूक चेहरा, सरळ

नाक, थोडे वर आलेले गाल. अगदी ग्रेसफुल म्हातारी होती ती. ऐंशी-पंच्याऐंशी वर्षांची नक्कीच होती. उजव्या हातात चालायची एक काठी होती. अंगात लांब एक झगा होता. पुढे चालता चालता ती म्हणाली, ''आपण चालूया का?''

चालता चालता आम्ही बंदरापर्यंत पोहोचलो. बंदरावर एक बोट आपल्या दोरीतून निसटून हेलकावे खात होती.

''मला त्या छोट्या बोटीसारखंच वाटतंय.'' मी म्हणाले.

''म्हणजे?''

''मोकळं, मोकळं. स्वतंत्र; पण कुठेच स्थिर नसलेलं.''

''मी खूप वेळ बीचवर गेले. पण माझं असं कुठे लक्ष नसतं. मी फक्त चालतच राहते. ना मागे बघते, ना पुढे. नवीन काहीतरी मिळेल असं वाटत मात्र असतं.''

''कोळी नेहमी असाच विचार करतात. दिवसेंदिवस ते इथे येतात. समुद्रावर विश्वास ठेवतात. जाळं पाण्यात फेकतात आणि काही ना काही घेऊनच परततात.''

''ते त्यांचं आयुष्यच आहे. तिथेच तर खरं शहाणपण आहे. आपण दोघी आत्ता मात्र चांगलाच गाढवपणा करतो आहोत. या दाट धुक्यात आपल्या आपण फक्त दोघीच. मला या धुक्याचा करडेपणा फार आवडतो. त्यानं जसं काही आपल्याला, आपल्या विचारांना वेढून टाकलेलं असतं. आपला कब्जाच घेतला असतो जणू.''

''मी असा विचार कधीच केला नव्हता. कधी कधी मला वाटतं, स्त्री ही या धुक्यासारखीच असते.''

''म्हणजे काय म्हणायचंय तुला?''

''आपल्याला पूर्ण जाणीव असते आपल्या स्वत्त्वाची; पण आपण विचार मात्र करतो इतर आपल्याविषयी काय म्हणतात याचा.''

''असू शकेल तसं, पण एकूणच स्त्रिया या रहस्यमय असतात. त्यांना तसंच ठेवणं उत्तम.''

मला जरा त्यांच्या विचाराचं हसूच आलं.

''मी कितीतरी वेळा येथे आले, पण आजपर्यंत मला कोणी तुमच्यासारखं भेटलंच नाही.'' मला त्यांचा हात धरावासा वाटला

म्हणून मी माझा हात पुढे केला. पण तो नाकारत त्या म्हणाल्या, ''नको, ठीक आहे. अजूनपर्यंत मला माझ्या या म्हाताऱ्या देहाने दगा दिला नाहीये.''

''तुम्ही तुमचं शरीर या वयातही कसं एवढं तंदुरुस्त ठेवलं आहे?''

''सोपं आहे ते. हालचाल, खूप हालचाल. मी दररोज काही मैल चालते. त्याने माझ्या सगळ्या शरीराला व्यायाम मिळतो आणि ते तंदुरुस्त राहतं.''

त्यांचे विचार खूप चांगले होते. मी सारा दिवसभर ते ऐकत बसू शकत होते. पण आमचा रस्ता संपत आला होता. शिष्य तयार असेल, तर गुरू आपोआप मिळतो असं म्हणतात. आजचा दिवस काहीसा असाच उजाडला होता.

तेवढ्यात त्या म्हणाल्या, ''मला तू आवडलीस. काय करतेस तू?''

त्यावर मी सगळंच बडबडले– ''माझं लग्न झालं आहे. मला दोन मुलं आहेत. मी लहान मुलांसाठी पुस्तकं लिहिते आणि इथे मी स्वत:च्याच शोधार्थ आले आहे.''

''छान! तू इथे नक्कीच स्वत:ला शोधू शकशील. स्व-अनुभवाला पर्याय नाही. त्यासाठी बाहेर पडायला हवं आणि अनुभव घ्यायला हवा. जसं आज केलं आहेस.''

एखाद्या दीपस्तंभासारखे त्यांचे विचार लख्ख, स्वच्छ, मनाला शांती देणारे होते. या करड्या धुक्यातून लांबवरचा दीपस्तंभ जसा स्थिर, सशक्त आणि जिवंत वाटतो आहे तसे.

''आपण पुन्हा कधी भेटलो तर आवडेल मला. एखाद्या संध्याकाळी याच बीचवर.''

''मलाही आवडेल.''

त्यांच्यासाठी पार्किंग लॉटमध्ये टॅक्सी थांबली होती.

''मला गाडी नाही ही कल्पना फार त्रास देते. पुढच्या वर्षी माझा गोल्फ कार घ्यायचा विचार आहे. हो, आणि सायकलही.''

माझा माझ्या कानावर विश्वासच बसत नव्हता. या वयातही माणसं इतकी दृढनिश्चयी असू शकतात?

“तुमचे आडनाव काय? जेणेकरून मी तुम्हाला शोधू शकेन.”

“जोआन, जोआन एरिकसन. मी बँकेच्या समांतर रस्त्यावर राहते. मला जरूर फोन कर तू. मी वाट पाहते.”

गाडीचं दार बंद झालं आणि त्या निघून गेल्या.

मी स्तब्धपणे नुसतीच उभी होते. किती वेळ कोण जाणे! आजपर्यंत मी खूप वाट बघितली अशा व्यक्तीची, जो मला मार्ग दाखवेल. निदान त्याविषयी सूचना तरी देईल. आज अचानकपणे माझ्या द्विधा मनाला मार्ग सापडला होता. गंमतच आहे. धुक्यात वाट हरवतेच असं नाही, तर कधी कधी ती सापडते देखील!

मी एक कोळीण

मार्च

जगाच्या सुरुवातीला फक्त एक विचार होता,
ज्याचं नाव स्त्री होतं.
ती स्त्री वृद्ध असून, ती तुमचं जगणं अर्थपूर्ण करते.
ती स्त्री कोळ्यासारखं आपल्याला एकत्र जाळ्यात गुंफते.
ती एक विचारी शक्ती आहे, जी सर्वांना आठवणीत ठेवते
व सतत त्यांचे स्मरण ठेवते.

– ***निनावी***

त्या माझ्या आयुष्यात एखाद्या पौर्णिमेच्या चंद्रासारख्या अवतरल्या. हो, तोच पौर्णिमेचा चंद्र, जो समुद्राच्या लाटांना भरती आणतो. आमच्या त्या धुक्यातल्या पहिल्या भेटीनंतर आम्ही एका सुंदर संध्याकाळी पुन्हा भेटलो आणि आमच्या मैत्रीवर शिक्कामोर्तब झालं. सुरुवातीच्या भेटीत मी लाजरीबुजरी, जरा हातचं राखूनच वागत होते. जरा दडपणच होतं मला. त्याचं कारणंही तसंच होतं. 'टाईम' मासिकावरचा त्यांच्या नवऱ्याचा तो फोटो बघितला आणि मी दडपले. ते एक मोठे मानसोपचारतज्ज्ञ होते. एरिक एरिकसन. अशा सुप्रसिद्ध व्यक्ती मला अशांत करतात. माझी त्यांच्याशी बोलायची लायकी आहे का, या विचाराने मी अस्वस्थ होते. पण जोआनने मला विश्वास दिला. त्याही माझ्यासारख्या अस्वस्थेतून गेल्या आहेत, असं म्हणाल्या आणि माझी शरीराने म्हाताऱ्या, पण मनाने तरुण अशा जोआनबरोबर दृढ मैत्री झाली.

खरी नाती अशीच सहजपणे जुळतात मला वाटतं. सारख्या विचारांचे आत्मे सहजपणे एकमेकांना शोधत एकत्र येतात. मग सारा औपचारिकपणा गळून पडतो. सहजपणे, एक नवं नातं निर्माण होतं. आम्ही पहिल्यांदा त्या धुक्यात भेटल्याला आता सहा आठवडे होऊन गेले होते. आमची मैत्री प्राथमिक फेरी पार करून पुढच्या टप्प्यावर पोहोचली होती. एकदा तर त्या म्हणाल्यादेखील, "आपण जर आता आपल्या खऱ्या भावना एकमेकींपासून लपवत बसलो, तर आपण पुरुषांसारखंच वागू. पुरुष नेहमीच आपल्या भावभावना लपवत जगत

असतात. खरंतर आपण सारेच इतके गंभीर असतो प्रत्येक बाबतीत, पण प्रत्यक्षात मात्र आपण चांगलेच विनोदी वागतो.''

माझ्या मैत्रिणीबरोबर घालवणारा वेळ मला एखाद्या परिकथेसारखाच वाटे. मुळात लहानपणापासूनच मला पऱ्या खूप आवडत. त्यांच्या हातातल्या जादूच्या कांडीने त्या सामान्याला असामान्य, कुरूपतेला सुंदर आणि गुलामाला स्वतंत्र बनवतात. मलाही अशीच एक नव्वद वर्षांची म्हातारी, सुंदर परी भेटली होती, जी आपली हुशारी, चातुर्य विणत बसली होती आणि मलाही तेच शिकवत होती. आयुष्याचं महावस्त्र विणायला मला ती शिकवत होती. ''स्वत:पुरती नेहमी एक जागा ठेव,'' ती परी सांगत असे. ''आयुष्याचे रंग एकमेकांत मिसळताना प्रत्येक रंगाचा अर्थ, त्याची ताकद नीट समजून घे. काही न समजता घाईने जर ते एकमेकांत मिसळले, तर साराच गोंधळ होईल. स्वातंत्र्य, भावना, जवळीक, अपेक्षा, सुख, दु:ख साऱ्या धाग्यांचे रंग, पोत, ताकद वेगवेगळी आहे. ती नीट समजावून घ्यायला पाहिजे.'' आता आम्ही छोटी छोटी जाजम विणत होतो. मी माझ्या स्वभावानुसार, घाईघाईने वेगवेगळ्या रंगांचे धागे एकत्र मिसळत होते. त्यांची शिकवण होती की, 'खरा आनंद काहीतरी करत राहण्यात आहे. विणत राहण्यात आहे. विणताना कापड घट्ट ओढलेलं असावं म्हणजे कळतं, आपण काय विणतो आहे. त्याचा आकार, त्याचं डिझाईन, याची कल्पना येते. मुली लक्षात ठेव, अजून अर्धं आयुष्य तुझ्याकडे शिल्लक आहे. प्रत्येक स्त्रीला एखादा मार्गदर्शक जरूर भेटावा. आई सोडून. कारण आई शिकवताना फार अपेक्षा ठेवते. आपली मुलगी कशी होईल, ती पडल्यानंतर जी कायम आधारच देते, संकटांना सामोरे जाताना जी तुमच्या संकटात सहभाग घेते, जी अडचणींवर मात करायला शिकवते. हे उत्तम असलं तरी यात आधार घेण्याची, अवलंबून राहण्याची वृत्ती वाढते.' पण जोआनच्या बाबतीत असं नव्हतं. त्या फक्त दिशा दाखवायचं काम करत, त्यावर विचार करायला भाग पाडत. आपापला मार्ग आपण कसा निवडायचा यावर टिपण्णी करत. थोडक्यात झोपलेल्याला फक्त जागं करायचं काम करत. त्यांचे येणारे फोनही अगदी सकाळी सकाळी येत. त्यांचा गोड पण ठाम स्वर कानात पडताच एक उत्साहाची लहर अंगात धावे.

''हॅलो, काय आजचा दिवस काहीतरी वेगळं करायचंय का?''

"तुमच्या मनात काय आहे? कुठे जायचं आहे?"

"विशेष काही नाही. फक्त बाहेर पडून जरा अनुभव गोळा करायचे आहेत."

आजही असंच त्यांच्या बोलवण्यावरून मी त्यांच्या घरी निघाले होते. साधारणपणे दुपारी मी त्यांच्या घरी पोहोचले. त्यांचं घर सेंट फ्रान्सिसच्या पुतळ्यापासून जवळच होतं. दाट झाडीत ते वसलं होतं. नाना प्रकारचे पक्षी त्यांच्या आजूबाजूला झाडांवर येत. बरेच बर्ड फिडर वेगवेगळ्या ठिकाणी लावून ठेवले होते. दाराच्या बाजूला लोखंडी त्रिकोणात पाटी लावला होती – 'बेल जोरात वाजवा'. दोनदा वाजवल्यावर घरगुती कपड्यांत त्या दार उघडायला आल्या. आनंदित होत मला त्यांनी मिठीत घेतलं. मी मात्र घाबरतच मिठी मारली. हो, न जाणो, एखादं हाड वगैरे तुटायचं. पण त्या चतुर होत्या. लगेच म्हणाल्या, "मुळीच घाबरू नकोस. माझी हाडं तशी पक्की आहेत. आत ये, मला तुला एक विशेष गंमत दाखवायची आहे."

माझा हात धरून त्या हॉल पार करून बाहेर लिव्हिंग रूममध्ये गेल्या. तिथे मला एका आरामखुर्चीत बसवलं आणि आपण टेबलाशी खुर्चीवर बसल्या. टेबल वेगवेगळ्या प्रकारच्या लिखाणसाहित्याने नटलेलं होतं. 'सतत हसत राहा' असा संदेश टेबललॅम्पशेजारी टांगला होता. त्यांनी बऱ्याच कागदांची उलथापालथ करून एक कागद शोधून काढला.

मी तुझ्यावर एक कविता केली आहे. ऐक हं–

"अजून तिच्या केसांना
स्पर्शही झाला नाही दाट धुक्याचा.
तोवरच या अधीर स्त्रीला
जाणून घ्यायचाय प्रवास या पक्ष्याचा.
खुल्या मनाला खोली असते वाढण्याची,
जशी प्रकाशाला सोबत असते सावलीची.
घडतंय ते घडू दे सावकाश.
वाढू दे सावकाश. समजू दे सावकाश.
सारं कसं जरा धीराने... धीराने..."

मला कसंतरीच झालं. त्यांनी माझ्या घाईघाईने उत्तर शोधण्याच्या स्वभावावर बरोबर बोट ठेवलं होतं. खरं तर माझ्या आयुष्यात त्या अजून डोकावल्या नव्हत्या. नवऱ्याला सोडून मी इथे का राहते आहे, याची त्यांना कल्पना नव्हती. पण माझी ही धडपड त्यांना नक्कीच कळली होती.

"धीर हा शब्द तुझ्या कोशातच नाही ना मुली?" शांततेचा भंग करत त्या म्हणाल्या. "पण तू एवढी अस्वस्थ होऊ नकोस. कुठलीच गोष्ट सहजपणे समोर येत नाही. सतत निरंतर घडण्यातून आपण आपल्याला हवं ते निवडायचं असतं."

माझ्या डोळ्यांतून अश्रू ओघळू लागले. माझ्यातल्या खऱ्या 'मी'ला त्या आता ओळखू लागल्या होत्या बहुधा.

"तुझ्यातला फसफसता उत्साह मला कळतोय. तुझ्यातली जागी होणारी 'तू' मला जाणवतेय. खूप काही चांगलं घडतंय."

त्या बहुधा खरंच बोलत होत्या. माझ्या भविष्याविषयी विचार करताना मी कुठेतरी अडत होते.

"पूर्वीच्या आयुष्यात तू प्रत्येक बाबतीत फार काळजीपूर्वक, काटेकोर निर्णय घेतले होते. त्यात तुझ्यातल्या स्वतःला तू पार गुदमरवून टाकलंस. मग एवढी घाई आज आहे, त्यात आश्चर्य कसलं?"

गालावर अश्रू वाहण्याचा वेग अजूनच वाढला. लपलेल्या व्यक्तीला शोधून काढल्यावर जसं वाटतं, तसं मला वाटू लागलं. खरं तर मी कधीची वाट बघत होते अशा माणसाची, जो माझ्या चेहऱ्याआडचा चेहरा ओळखू शकेल.

मी काय विचार करतेय तो कळला आहे अशा प्रकाराने हसत त्या म्हणाल्या, "साऱ्यांना स्त्रिया अशाच हव्या असतात. समजूतदार, ज्यांच्यावर राज्य गाजवता येईल अशा. पण गंमत अशी आहे की, आपल्याला ते खटकत तर नाहीच, उलट त्याचं भूषणच वाटतं."

यावर आम्ही दोघीही खूप हसलो. घर सोडून आल्यापासून आज पहिल्यांदाच मला माझ्या निर्णयाची खात्री वाटली.

मी म्हणाले, "घर सोडून येण्याचा निर्णय खूप कठीण होता. पण मला आतून असं वाटत होतं की, बाहेर पडून जरा निसर्गात जावं. त्याचे नियम समजावून घ्यावेत."

“मी पण इथे आले, ते माझ्या नवऱ्याच्या दुर्बलतेवर मात करायला. ओळखीच्या, परिचयाच्या लोकांत राहून तुम्ही हे साध्य करू शकत नाही. सगळ्यांच्या सूचनांचा, मतांचा तुमच्यावर परिणाम होतो व तुम्ही स्वतंत्रपणे निर्णय घेऊच शकत नाही.”

मला आमच्या दोघींच्या परिस्थितीची खूप मजाच वाटली. त्या नवऱ्यासकट स्वातंत्र्याच्या शोधात पळून आल्या, तर मी नवऱ्याशिवाय स्वातंत्र्याच्या शोधात इकडे पळून आले.

“पण इकडे येणं हा खूपच चांगला निर्णय होता. आहे त्या परिस्थितीत लहान मुलासारखं रडत बसण्यापेक्षा हे खूप चांगलं आहे. बायकांना अवलंबित्वाची भावना म्हणजेच प्रेम असं वाटतं. ज्यावर अवलंबून राहावं असं माणूस म्हणजे नवरा. त्याच्या छायेत त्यांना सुरक्षित वाटतं. पण लक्षात ठेव मुली, एकटेपणात माणसाचा सर्वांगिण विकास होतो. स्वत:विषयीच्या भ्रामक कल्पना लय पावतात.

मी माझ्या आयुष्यात सतत कशापासून तरी पळतेच आहे. मी लहान असताना जंगलात पळून जात असे, जिकडे मला मन:शांती मिळत असे. जरा तरुण झाल्यावर मी युरोपला निघून गेले. विसाव्या वर्षी युरोपला निघून जाणं जरा चमत्कारिकच होतं. तिथे मी मला काय हवं होतं ते मिळवलं. स्वत:चं नावही बदललं. स्वत:ची ओळख निर्माण करणं फार महत्त्वाचं असतं. पण एक लक्षात ठेव, कुठलाही बदल घडवून आणण्यासाठी कृती आवश्यक असते. आपण काय बोलतो ते जर कृतीत आणलं नाही, तर त्या शब्दांना काही अर्थ नाही. ते केवळ पोकळ शब्दच राहतात, ज्यावर कोणी विश्वास ठेवणार नाही.”

“मग कशासाठी थांबलो आहोत आपण? तुम्ही तर सतत मला उपदेशाचे डोस पाजण्यात गर्क आहात.” इति मी.

त्यांना हसू आलं. आपला कोट व हॅट घेत त्या म्हणाल्या, “हो, आपण बाहेर जायलाच हवं.”

आम्ही सरळ गाडीत बसलो आणि बंदराकडे निघालो. गाडी पार्क करताच अगदी नवतरुणीसारखं उडी मारून त्या खाली उतरल्या आणि भराभर चालत सुटल्या. ही जागा तशी कमी वर्दळीची. तशी लोकांनी वाळीत टाकल्यासारखी; पण नवोन्मेषशालिनी. आम्ही असं

भासवत होतो की, इथे आम्ही आमच्या आत्म्याच्या शोधात आलो आहोत. विशेष काहीच शोधत नव्हतो. पण असा एक शिंपला, एखादा दगड, ओंडका शोधत होतो, जो आमच्याशी बोलेल. वादळामुळे भरपूर समुद्रवेली, शंख, शिंपले किनाऱ्यावर आले होते. वेलींमुळे आपण एखाद्या स्पंजवरून चालतो आहोत असं वाटत होतं. माझ्यापासून जरा अंतरावर माझी परी चालली होती. तेवढ्यात मी त्यांना खाली वाकताना पाहिलं. वाकून वेलीचा काही भाग आपल्या डोक्यावर ठेवत त्या म्हणाल्या, "मी नेहमी स्वत: जलपरी असल्याचं स्वप्न कायम बघितलं आहे. आत्ता जर आपल्याला लोकांनी बघितलं, तर काय म्हणतील ना सारे?" आणि त्या हसतच सुटल्या. माझ्या मनात आलं, त्या या साऱ्या पंचमहाभूतांचाच एक भाग आहेत. आत्ता त्यांच्याकडे बघताना मला आठवले सील्स. त्याही एक सील तर नसतील? सीलना जसं खोल समुद्राचं ज्ञान असतं, दुसऱ्यांना ऐकू न येणारं त्यांना ऐकू येतं आणि समुद्रातली वादळं त्यांना शक्ती देऊन जातात, तसंच काहीसं जोआनचं होतं. त्या प्राणी आणि मनुष्यप्राणी या दोघांची सरमिसळ तर नव्हत्या? कोण जाणे. पण एवढं खरं की, त्यांच्या सहवासात प्रौढपणाचा मुखवटा गळून पडत असे. लहान मुलासारखं खेळकर, उत्साही, निर्व्याज, निर्धास्त वाटत असे. पाण्याचा किनारा कुठला आणि साधे वारे का वादळ कधी येतंय याची काळजी कशाला करायची?

बेपर्वाईने नजर सहज समोर टाकली, तर माझ्यापासून दहा पावलांवर एक कोल्हा उभा होता. मी घाबरून जोआनचा हात पकडला. कोल्हा सरळ माझ्याचकडे पाहत होता. मीही मग धीटपणे त्याच्या नजरेला नजर दिली. दोन मिनिटे तो आम्हाला निरखत राहिला. मग काय वाटलं, कोण जाणे. वळून झाडीत दिसेनासा झाला. जोआन टाळ्या वाजवत म्हणाल्या, "हे एकमेकांची प्रतिमा निरखत बसणं खूपच छान होतं."

आम्ही जरा पुढे चालत राहिलो. पुढे खूप शंख, शिंपले विखुरले होते. प्रत्येक ढिगात आपली काठी खुपसत जोआन त्या ढीगाला सुटं सुटं करत होत्या. एका लाकडाच्या ओंडक्यावर बसून मी ते दृश्य बघत होते.

"डोळ्यांना सुखवील अशीच ही जागा वाटतेय."

"काय म्हणालीस?"

"एका आजोबांनी खूप वर्षांपूर्वी मला हे सांगितलं होतं. वर्षातून एकदातरी जंगलात किंवा एखाद्या एकांत जागी जावं. तिथला निसर्ग दात्याच्या भूमिकेत असतो. एकटेच एकांतात असल्याने त्या दात्याचे दान आपण स्वीकारायला तयार असतो. खूप मनस्वास्थ्य बिघडलेला माणूसही अशा जागेवर येऊन शांत होतो. आपल्यालाच पडलेल्या ढीगभर प्रश्नांची उत्तरं त्याला या निसर्ग सान्निध्यात सापडतात. या शांततेला एक वेगळीच भाषा असते."

"हो, ही जागा चांगलीच आहे."

मी ओंडक्यावरून उठले. किनाऱ्यावर जरा फिरू लागले. फिरता फिरता मला एक रंगीत, सुंदर काचेचा तुकडा मिळाला. अजून शोध घेता घेता मला सात-आठ तुकडे मिळाले. कधीतरी हे तुकडे एकसंध वस्तूचा भाग होते. आज इकडे तिकडे विखुरले आहेत. पाण्यामुळे, वाऱ्यामुळे त्यांच्या कडा धारदार न राहता आता बोथट झाल्या होत्या. काळाचा परिणाम. केवढा बदल काचेच्या रूपात घडलाय. एखाद्या स्त्रीतला बदलही असाच असतो का? तिच्यातली धारदार बाजू काळाने बोथट होते का? काहीतरी, कुठेतरी स्त्रीच्या आयुष्याविषयी जाणीव होत होती. एक संपूर्ण शिंपला सापडला. उघडा. आत काहीच नसलेला, पण तरीही दुसऱ्या भागाला घट्ट चिकटलेला. स्त्रीचं या शिंपल्यासारखंच असतं. तिच्यातला रस तिची मुलं, कुटुंब – तिने घट्ट शिंपल्यात बंदिस्त केलेलं असतं. पण मुलं मोठी झाली, शिंपला उघडला की ती रिकामी; पण नवऱ्याचं एक टोक घट्ट पकडून ठेवलेली. बाजूला काही छोट्या शिंपल्याही पडल्या होत्या. एकमेकांना चिकटलेल्या. पण वेळ आल्यावर विभक्त होणाऱ्या. आता मी माझ्याविषयी विचार करू लागले. मी अशी किती लोकांना चिकटले होते आणि दुसऱ्यांना मला चिकटायला दिलं होतं. गरज संपल्यावर मी जरा त्यांच्यापासून विभक्त का नाही झाले? खरं तर वेळेवर सोडून देण्यानेच आपण आपलं स्वातंत्र्य टिकवू शकतो.

काही वेळाने जोआन माझ्याकडे आल्या. माझा हात धरत त्या मला समुद्राला सामोरे घेऊन गेल्या. त्या विशाल समुद्रासन्मुख आम्ही

दोघी शांतपणे उभ्या होतो, एकमेकींना मदत करत होतो. त्यांना माझी मदत एक जोडीदार म्हणून हवी होती. थोड्याशा साथसंगतीने त्यांच्यातल्या साहसी स्त्रीची तहान त्या भागवू शकत होत्या. मलाही माझ्या स्वातंत्र्याचा अर्थ कळायला त्यांची मदत होत होती. आमच्या या गुप्त खजिन्याच्या सफरीवर आम्हाला बरंच काही मिळालं होतं. आमच्या चित्तवृत्ती बहरल्या होत्या. स्वत:कडे बघण्याचा दृष्टिकोन बदलला होता. निदान माझा तरी. माझ्यात कोणीतरी वेगळीच शक्ती भरली आहे, असं वाटत होतं. शरीर थकलं होतंच, पण मनही विचार करून थकलं होतं. पण उत्साह मात्र नुसता सळसळत होता. नवचैतन्यच मिळालं होतं जणू. आता आम्ही घरी जायला निघालो होतो. नवजीवन, नवीन उत्साह घेऊन. इथे आलो होतो, त्यापेक्षा वेगळ्या होऊन!

ओहोटी आणि प्रवाह

एप्रिल

जर समूहात राहूनही तुम्ही तुमची नीतिमत्ता सांभाळू शकलात किंवा राजाबरोबर असूनही आपलं सामान्यपण नाही विसरलात, जर तुमचे शत्रू किंवा मित्र तुम्हाला दुखवू शकले नाहीत कोणीच तुम्हाला जवळचे किंवा दूरचे नाहीत, सारे समान आहेत, जर तुम्ही वाईट काळ आनंदाच्या घटका-पळांनी भरू शकता तर हे सारे जग तुमचेच आहे, त्यातील प्रत्येक गोष्ट तुमची आहे आणि त्याहूनही महत्त्वाचे म्हणजे तुम्ही मानव आहात, एक श्रेष्ठ मानव.

– Rudyard Kipling 'If'

सकाळी सकाळी मी स्वयंपाकघरात खूपशी भांडी घासत बसले होते. काल रात्री आलेल्या पाहुण्यांची भांडी. हा सगळा महिना सतत कुणी ना कुणी येण्यातच गेला होता. एखादा बर्फाचा खडा पाण्यात हळूहळू वितळत जावा तसा माझा एकांतवास वितळत जात होता. माझ्याभोवती मी आखलेल्या एकटेपणाच्या रेषा अदृश्य होत होत्या. साऱ्याची सुरुवात फार सहजपणे झाली होती. कॉलेजमधली रूममेट सहजच भेटली म्हणून आली. चुलत बहीण एकदा येऊन गेली. मग हा सिलसिला चालूच झाला. जोआनचे नातेवाईक, माझी मैत्रीण हॅझल आणि आठ दिवस माझ्या भाच्याचा शूटिंगचा ताफा – माझा एकांतवास या साऱ्यांमुळे संपुष्टात आला होता.

भांडी पुसता पुसता सहजच समोर भिंतीकडे लक्ष गेलं. तिथे जोआनने मला विणायला शिकवलेलं एक वॉल हँगिंग लटकत होतं. मला आत्ता तिचे शब्द आठवत होते – 'विणताना प्रत्येक धाग्याला आपापली अशी स्वतंत्र जागा असते.' मी माझं स्वतंत्र अस्तित्व अबाधित राखलं होतं का, पाहुण्यांची खातरदारी करताना स्वतःला पार विसरूनच गेले होते?

मला माणसांची खरं तर आवड होती. जोआनने जेव्हा तिचा चुलत भाऊ आणि त्याची बायको तुझ्याकडे येऊ दे का राहायला असं विचारलं, तेव्हा मला आनंदच झाला. दुधात साखर म्हणजे तो एक मानसोपचार तज्ज्ञ होता व त्याची बायको एका चर्चमध्ये धर्मोपदेशकाचं काम करत होती. आत्ताच्या माझ्या मनःस्थितीत अशा पाहुण्यांचं

स्वागतच होतं. खूप दिवसांपासून माझ्या घरात वेगळ्या विचारांची मोकळी हवा खेळलीच नव्हती. मला त्यांना अनेक प्रश्न विचारायचे होते. त्याची बायको मात्र मला माझी तपासनीसच वाटत होती. मग लक्षात आलं, ती जोआनला चांगली मैत्रीण मिळाली आहे का नाही ते पडताळून पाहत होती. पण जोआनचा भाऊ मात्र अगदी मोकळा होता. रात्री आम्ही जेवता जेवता अनेक विषयांवर चर्चा केल्या. चांगल्या संभाषणाचा परिणाम तुमच्या भावना उद्दिपित होण्यात होतो याची जाणीव मला होती. तो म्हणत होता, आता आपल्या या वयात आपण आपल्याच सावल्यांना घाबरायचं कशाला? आपल्या आयुष्याची धुळीने माखलेली बाजू लपवण्यापेक्षा तिला आपण सामोरं जायला हवं. नेहमीसारखं गप्प न बसता मी विचारलं, ''हे 'आपली सावली' प्रकरण काय आहे. मला जरा नीट समजावून सांग.''

''आपली काळी बाजू, आपल्यातल्या वाईट वृत्ती, म्हणजे आपल्या सावल्या. उदाहरणच द्यायचं झालं तर समजा, मी त्या वयात २०-२२ वर्षांच्या माझ्या एखाद्या तरुण पेशंटकडे आकर्षित झालो आणि त्यात वाहवत गेलो, तर मला त्याची किंमत मोजावीच लागेल. म्हणून मनात आलेले विचारच नाकारायचे आणि ते भयंकर पाप आहे असं कशाला समजायचं? तरुणपणी असे विचार मनात येण्याला बंधनं होती. माझं लग्न झालं होतं. मला मुलं होती; पण आज या वयात मी स्वतंत्र आहे. नुसत्या विचाराने काही मी पापी ठरत नाही. उलट हे विचार जर आले, तर त्याची बायकोबरोबर चर्चा केलेली जास्त रास्त ठरेल. आमच्या सहजीवनात जास्त मोकळेपणा येईल.''

मी त्याच्या समोरच्या खुर्चीत अंग सावरत जरा भिडस्तपणेच त्याचं सारं बोलणं ऐकत होते. माझ्या मनात विचार आला, 'माझं माझ्या नवऱ्याला सोडून स्वत:च्या शोधात एकटंच राहाणं याविषयी या तज्ज्ञाचं काय मत असेल?' मी माझ्या मनातले विचार त्याला बोलून दाखवले.

''तू खरं तर आत्ता तुझ्या सावलीला मिठीत घेतलं आहेस. सामान्यपणे जे केलं जात नाही, ते तू केलं आहेस. हे करण्यासाठी तू कदाचित अनेक वर्षं हिम्मत बांधत होतीस.''

तो म्हणत होता ते बरोबर होतं. पण एवढ्यातच अनोळखी माणसासमोर मला माझे सारे पत्ते उघडे करायचे नव्हते. मला संकोच

वाटत होता. आम्ही तिघं लगेचच चांगले मित्र झालो होतो, तरीही.

ते दोघं इथं कॉन्फरन्सला आले होते. कॉन्फरन्सहून घरी परतल्यावर रोज रात्री मी त्यांची जेवणा-खाण्याची बडदास्त ठेवत होते. माझं यजमानीणपद मी विसरू शकत नव्हते. जेवताना व जेवणानंतरच्या आमच्या गप्पा हा एक आनंददायी अनुभव होता. पण ते गेल्यावर जेव्हा मी हे अनुभव माझ्या डायरीत लिहायला बसले, तेव्हा मला चांगलाच धक्का बसला. लिहिण्यासारखं माझ्याकडे काहीच नव्हतं. म्हणजे आम्ही एवढ्या गप्पा एकमेकांशी मारल्या, त्यात काहीच तथ्य नव्हतं? एवढ्या चर्चेतून निष्पन्न काहीच नाही? मी स्वत:वरच कावले आणि हाच प्रश्न विचारायला जोआनच्या घराचा रस्ता धरला.

''मुली, आपल्या प्रश्नांची उत्तरं अशी कुणा अधिकारी व्यक्तीकडून; त्यातही पुरुषाकडून मिळत नसतात. ती आपल्या हृदयातून यायला लागतात. हे सारं देण्या-घेण्याच्या क्रियेतून, ओढण्या-सोडण्याच्या क्रियेतून, खेचण्या-सैलावण्याच्या क्रियेतून होतं. जसं आपण कापड विणतो ना तसंच.''

परतीचा प्रवास विचारमग्नतेतच झाला. सगळ्यांचा पाहुणचार करण्यात मी वेळ घालवला, का काही मिळवलं? कळलंच नव्हतं! चिडचिड मात्र होत होती. माझ्या एकांतवासावर पाहुणचाराने मात केली होती, हे खरं. मला पाहुण्यांसाठी, त्यांच्या नवीन कल्पनांसाठी घराच्या दारं-खिडक्या उघड्या ठेवणं जरी आवडत होतं, तरी पाहुणचार वेगळा आणि हा पाहुणचार तुमचं व्यक्तिस्वातंत्र्य भारून टाकणं वेगळं. मी परत आपल्या घरात एकांतवासात रमले.

एका शांत सकाळी कॉफीचा स्वाद घेता घेता मी घराच्या अगदी जवळ गाडीचा आवाज ऐकला. स्वयंपाकघराच्या खिडकीतून बघते, तो काय माझी प्रिय मैत्रीण हॅझेल गाडी पार्क करत होती. तिचं स्वागत करायला उत्साहाने मी बाहेर धावले. आम्हा दोघींनाही एकमेकींना भेटण्याची खूप उत्सुकता होती. मी बोस्टनला माझ्या नातेवाइकांना भेटायला आले होते. इतक्या जवळ आल्यानंतर तुला भेटण्याचा मोह मला आवरता आला नाही. त्यातून मागच्या वेळी तुला जेव्हा फोन केला होता, तेव्हा तुझा आवाज मला चांगला वाटला नाही, म्हणून ही न कळवता तुझी भेट!

खरं तर एवढ्या स्पष्टीकरणाची तिला काही गरज नव्हती. गेली आठ वर्षे आमची मैत्री होती. तिला एवढं नक्कीच माहीत होतं की, तिच्या केव्हाही, कधीही येण्याला मी नाही म्हणणार नाही. हातात अनेक खाण्याच्या वस्तूंची पुडकी, फळं अशा खूपशा गोष्टी माझ्यासाठी घेऊन ती स्पष्टीकरण देत उभी होती. स्वत:वरचा माणसाचा विश्वास डळमळीत का असतो? ती एक उत्तम प्रॅक्टिस असलेली बालरोगतज्ज्ञ होती. एक डॉक्टर म्हणून ती विश्वासाने वावरत होती. पण... मला हसू आलं. आम्ही दोघी सारख्याच होतो. किंबहुना म्हणूनच आमची मैत्री जुळली होती. तिच्या येण्याने मी नाराज नव्हते. माझ्यासारखीच तीही प्रेम, ममता याची भुकेली होती.

"मी तुला शेवटी भेटले ती तू न्यू यॉर्क सोडलंस त्या दिवशी. खरं तर तुझ्या धडाडीचं कौतुक वाटण्याऐवजी मला तुझा मत्सर वाटत होता. म्हणजे तो आजही वाटतोच आहे. म्हणूनच तुला भेटण्याची, बघण्याची उत्सुकता जास्त होती."

"तुला कितीही वाटलं, हॅझेल, तरी तू पळून जाऊ शकली नसतीस. एकतर तुझा डॉक्टरकीचा पेशा, ज्यात तू पूर्णपणे गुंतली आहेस आणि दुसरा तुझा नवरा, ज्याला खूश ठेवण्यासाठी तू सर्व काही करतेस."

हॅझेलने फक्त मान डोलावली. नवरा, मुलं हा आमच्या गप्पांचा विषय कधीच नव्हता.

"तू किती दिवस राहणार आहेस?"

"फक्त एक रात्र. पण तुझी पाहुण्यांची खोली फार आवडली तर जाणारही नाही." ती हसतच म्हणाली.

मग आमची बडबड, स्वयंपाक एकत्रच सुरू झालं. अशा मोकळ्या गप्पा मारायला खूप गंमत वाटत होती. दोघींच्या आयुष्याची आम्ही तुलना करत होतो. आमच्या इतर मैत्रिणींच्या आठवणी काढत होतो. बंडाचा झेंडा हातात घेतलेल्या आमच्या मैत्रिणींच्या फसलेल्या, न फसलेल्या कृत्यांवर चर्चा करत होतो. यातून आम्हाला एक लक्षात आलं – ते म्हणजे आम्हाला धडपडणाऱ्या, पडल्यानंतर उठून उभ्या राहणाऱ्या मैत्रिणीच जास्त आवडत होत्या. आमची रात्र खूप उशिरा झाली. सकाळी हॅझेल ब्रेकफास्टसाठी पॅनकेक करत होती व त्याचा समावेश आपल्या रोजच्या जेवणात कसा असावा याचं महत्त्व पटवून देत होती.

जाताना मात्र दोघींचेही डोळे भरून आले.

''पुढच्या वेळेस तू जास्त राहायचंस,'' मी रुद्ध कंठाने उद्गारले.

खरंच, आपल्या जवळच्या मैत्रिणीशी जिवाभावाच्या गप्पा मारण्यात किती शांती मिळते मनाला. आपल्या कुठल्याही कृत्याचं स्पष्टीकरण द्यायची तिथे गरज नसते. तिच्या येण्याने मला माझ्या निर्णयाला दुजोरा मिळाल्यासारखंच वाटलं. माझ्या एकटं आयुष्य जगण्यावर जणू शिक्कामोर्तबच झालं. तिने येऊन नुसता पाहुणचार झोडला नाही. जाताना तिने मला वाचायला आणि पुढच्या आमच्या भेटीत चर्चा करायला पुष्कळ पुस्तकं दिली. त्या पुस्तकांच्या सान्निध्यात रमायला मी अगदी उत्सुक होते. तेवढ्यात फोन खणखणला. पलीकडून माझा भाचा बोलत होता. त्याला माझ्याशी काही महत्त्वाचं बोलायचं होतं. तो माझ्याकडे येण्याची परवानगी मागत होता. जवळच त्याच्या कुठल्याशा फिल्मचं शूटिंग चालू होतं. त्याला काहीतरी गरज असणार याचा अंदाज मला आला होता. लहानपणापासूनच तो आपल्या मागण्या कुशलतेने पूर्ण करण्यात पटाईत होता. त्याच्या साऱ्या मागण्या मीही पूर्ण करत आलेच होते की! मी शोषित आणि तो शोषणारा. काही तासांतच तो उगवला.

''जोआन, माझ्यापुढे मोठाच प्रश्न उभा राहिला आहे. आमच्या युनिटच्या स्वयंपाकीणबाईंना दुसरी चांगली नोकरी मिळाल्याने त्या आमचं काम करणार नाही आहेत. आता सगळ्यांना जेवायला घालण्याचे वांदे आलेत. तुझ्या माहितीत मला कोणी स्वयंपाकी मिळेल का? किंवा तूच आम्हाला खायला करून देशील का?''

माझ्यावरच्या त्याच्या विश्वासाने मी चकितच झाले. माझ्या आजूबाजूला सारी फिल्मी मंडळी असण्याने मला आनंदच झाला असता. त्यांच्या युनिटचा मी काही महत्त्वाचा भाग नव्हते, पण जेवणासाठी तर ते माझ्यावर अवलंबून होतेच ना? नुसत्या या कल्पनेनेच मी सुखावले. नेहमीसारखी घाई न करता मी जरा सावध पावलं उचलायचं ठरवलं. पैशांसंबंधीसुद्धा त्याला विचारून घेतलं.

''माझं बजेट हजार डॉलरच आहे,'' तो उद्गारला.

आमचं बोलणं चालू असताना त्याचे दोन युनिट मेंबर्स फार आशेने माझ्याकडे बघत होते. माझी माणसांची आवड आणि मिळणारे पैसे या

मोहाला मी बळी पडले. माझा होकार ऐकताच भाचेसाहेब खूश होत म्हणाले, ''सगळं युनिट मावण्याएवढी तुझी जागा मोठी आहे ना जोआन? म्हणजे लंच शूटच्या जागेवरच होईल. फक्त डिनर तू म्हणशील तिथे. सहा दिवसांचा तर प्रश्न आहे आणि हो, आमच्यातले तीन जण पूर्ण शाकाहारी आहेत. सहा जण मेयॉनिज खात नाहीत. एकाला दाण्याची ॲलर्जी आहे, तर एकाला दुग्धजन्य पदार्थांची ॲलर्जी आहे. मुळात सारेच जणू आपापली तब्येत सांभाळून असतात. त्यामुळे फळं, त्यांचे रस, दही, सॅलड असले डाएट पदार्थच जास्त लागणार.''

या साऱ्या बडबडीने मी चांगलीच क्षुब्ध झाले. जरा चिडून आणि वरचा सूर लावत मी म्हणाले, ''जरा थांब, तुम्ही आत्ता अडचणीत आहात आणि तुमची मदत करायचं मी मान्य केलं आहे. तरीही माझ्या काही अटी आहेत. तुम्हाला रोजचं साधं जेवण मी देऊ शकते. इतर चोचले ज्याचे त्याने पूर्ण करत बसायचे. माझ्या चांगुलपणाचा तुम्ही गैरफायदा घेऊ नका.'' माझं मलाच आश्चर्य वाटलं, एवढं मी बोलू शकले याचं. माझा भाचाही जरा अवाक्‌च झाला. खरं तर त्याच्यापुढे दुसरा पर्यायच नव्हता.

''ठीक आहे तर मग जोआन. सारं आता ठरलं. तुला काही वाणसामान आणायचं असेल, तर बाजारातल्या वाण्याकडून आण. तिकडे मी माझं खातं उघडून ठेवलं आहे. तुझं नाव वहीत लिही आणि सामान आण.'' एवढं बोलून तो आणि त्याचे सहकारी निघून गेले.

मी जेवायला काय काय करता येईल याचा विचार करायला लागले. कमी खर्चात, कमी कष्टात परिपूर्ण जेवणाचा बेत आखण्यात मी मग्न झाले. एक कागद-पेन घेऊन सामानाची यादी बनवली आणि बाजाराकडे निघाले. तासाभरात तिथून बाहेर पडले, तेव्हा दोन्ही हातांत मोठ्या पिशव्या भरून सामान होतं. चीझ, बटर, न्यूडल्स, स्पॅगेटी, ज्यूसेस, सॉस नानाविध पाकिटं आणि बाटल्या हे सारं मला चार डिनर आणि अनेक लंचसाठी पुरणार होतं आणि पैसे खर्च झाले होते फक्त ४९२.४३ डॉलर्स.

सकाळ सगळी गडबडीतच जात असे. पॅक्ड लंचची तयारी आणि रात्रीच्या जेवणाची कच्ची तयारी. त्यांच्याबरोबर जाऊन एका उघड्या जीपमध्ये त्यांना सर्व्ह करण्याची मजा काही वेगळीच आणि हे करता करताच त्यांचं शूटिंग बघणं म्हणजे तर सोनेपे सुहागा. वेगवेगळ्या

स्वभावाची, वयाची, स्तरावरची मंडळी केवळ फिल्म करण्याच्या प्रेमापोटी एकत्र आली होती. सगळेच एकमेकांशी उत्तम प्रकारे सहकार्य करत होते. ज्याप्रकारे ते आपापल्या स्वभावाला मुरड घालून 'एकमेका साह्य करू' तत्त्वाद्वारे काम करत होते, ते सारं कौतुकास्पदच होतं. नुसतंच कौतुकास्पद नव्हे, तर अनुकरणीय पण होतं.

या उपक्रमातून कोणालाच खूप उत्पन्न होणार नव्हतं; पण त्यांची स्वप्न तर पूर्ण होणार होती. आपलं बिऱ्हाड विंचवाच्या पाठीवर ठेवत ती सारी कामासाठी गावोगाव फिरणार होती. स्वत:वरचा व आपल्या कामावरचा विश्वास त्यांना तारून नेणार होता. तीस वर्षांपूर्वी मी थिएटर सोडलं, त्याचं मला अजिबात दु:ख नव्हतं; तर त्यांच्यातलं एक होण्यात वेगळाच आनंद सामावला होता. स्वप्न कुठल्याही वयात बघावीत, हे मात्र खरं. यानिमित्ताने मी माझीही संवेदनशीलता पडताळून बघितली. रंग आणि आकार यांना आपण महत्त्व देतो का? त्यांचं अस्तित्व तरी आपल्याला जाणवतं का? निसर्गातला रंग, आकार, रूप, नाद या साऱ्याचा समतोल आपल्याला कधी जाणवला का? एखादी फिल्म तयार करण्यासाठी या साऱ्याचा अभ्यास लागतोच. तरच ते उत्तम चित्र तयार होतं. हे सारे शूटिंगचे दिवस असेच जादुभरले, भारलेले गेले.

सगळे गेल्यानंतर घर साफ करताना सहजच मनात आलं की, आपण हा सगळा महिना पाहुणचारात घालवला. त्यामुळे आपण कंटाळलो तर नाहीच, उलट काहीतरी शिकतच गेलो. प्रत्येक पाहुण्याबरोबर कमी-जास्त प्रमाणात देत-घेतच राहिले आणि प्रत्येक अनुभवातून स्वत:ला समृद्ध करत राहिले. मी कुठल्याच पाहुण्याचा वाजवीपेक्षा जास्त पाहुणचार केला नाही; पण त्यांना काही कमीही पडू दिलं नाही.

आता मात्र मी अगदी एकटी होते. माझा वेळ, माझं स्वातंत्र्य मला परत मिळालं होतं. त्या आनंदाप्रीत्यर्थ रात्री मी फक्त सूपचा आस्वाद घ्यायचं ठरवलं. हो, साऱ्या दगदगीने मी जरा थकलेही होते. पण माझ्या वेळेची, माझ्या भविष्याची मी मालक होते. ही भावना फारच सुखकारक होती. माझ्या घराचं दार कोणाला उघडायचं आणि केव्हा ते बंद करायचं, हे सारं माझ्या हातात होतं. हो माझ्याच!

ओहोटी

मे

केवळ जन्माने कोणी स्त्री नसतं, तर जगण्यातून स्त्रीत्व येतं.

– Simone de Beauvoir, A WOMAN'S JOURNAL

या वसंतऋतूत माझ्यासाठी करायला काहीच उद्योग नव्हता; म्हणून काही शेलफिश पकडण्याचा उद्योग मी सुरू केला नव्हता, तर मला पैशाची खरंच गरज होती म्हणून पत्करला होता.

काही आठवड्यांपूर्वी मी जेव्हा डिशेस साफ करत होते, तेव्हा अचानक लक्षात आलं की, नळाला गरम पाणी येत नव्हतं. काय झालं म्हणून बघायला खाली मशीन रूममध्ये गेले, तर पाय बुडेल इतक्या पाण्याने ती भरलेली. गिझर चक्क गळत होता. प्लंबरच्या म्हणण्यानुसार तो खूप जुना झाला होता व बदलायलाच हवा होता. त्याची किंमत साधारणपणे १२०० डॉलर एवढी होणार होती अन् माझ्याकडे तर आता एवढे पैसे नव्हते. मला कोणाची मदत अजिबात घ्यायची नव्हती, पण माझ्याकडे दुसरा पर्यायही नव्हता. शेवटी स्वाभिमान गुंडाळून ठेवत मी नवऱ्याला फोन करायचं ठरवलं. तो मला काही सुनावल्याशिवाय मदत करणार नव्हता, हेही मला माहीत होतं. त्याचं ऐकून घ्यायची मनाची तयारी ठेवूनच मी फोन केला.

"तू माझ्याबरोबर इथेच राहात असतीस, तर असल्या नानाविध अडचणी निर्माण झाल्याच नसत्या. तुला मी आधीच सांगितलं होतं की, ते घर व त्यातल्या सिस्टिम्स आता बदलायला झाल्या आहेत. जुन्या झालेल्या गोष्टींकडून किती अपेक्षा करणार तू? तू वॉटर हिटर जरा जास्तीच वापरला असशील." तो फटकारता झाला.

"नाही, माहीत आहे मला ते; पण आता..." मी माझ्या आवाजात मवाळपणा आणि मृदुता आणत म्हणाले.

तो मात्र कडवट शब्दांत 'आत्ता माझ्याकडे एवढे पैसे नाहीत' असं सांगता झाला. "आपण दोघांनी राहायचं म्हणून मी इथे घर घेतलं. त्याचं भाडं मला उगाचच जास्त द्यावं लागतंय. खरं तर हे सगळं तुझ्यामुळेच." माझ्या घशात उगाचच अपराधीपणाचा आवंढा दाटून आला.

"तू असं का करत नाहीस? तुझ्या त्या कोळी मित्रांची मदत का घेत नाहीस? ते असतात की तुला मदत करायला तयार." हे गरळ ओकायला तो अजिबात विसरला नाही.

त्याचे ते द्वेषभरले शब्द ऐकून मी पार निराश झाले. जुन्या आठवणी पुन्हा उफाळून वर आल्या. माझ्या अनेक अडचणींत त्याने न केलेली मदत आठवत राहिली. माझं मिसकॅरेज झाल्यावर त्याचं मला एकटीला टाकून मीटिंगला निघून जाणं, माझी गाडी सतत बिघडत असतानाही निष्काळजीपणे त्याचा इन्शुरन्स न काढणं, मला तीन-तीन तास चुकीच्या ठिकाणी वाट पाहायला लावणं – एक ना अनेक.

मग आजच मला कसं वाटलं की, तो मला मदत करेल? हळूहळू मला माझाच राग यायला लागला. हे माझं अवलंबित्व मुळीच बरोबर नाही.

"ठीक आहे, मी करते काहीतरी." असं उत्तर देऊन मी फोन आपटला.

'मी यातून नक्कीच मार्ग काढेन,' मी स्वत:लाच बजावत राहिले. कोणी मदत केली नाही तर वाईट वाटून घ्यायचं कारणच नाही. मुळात आधी मी मदत मागायला गेलेच का? मी स्वत:वरच नुसती धुसफुसत, रागवत होते. मला आठवत होत्या माझ्या घरातल्या बायका, ज्यांनी प्रतिकूल परिस्थितीतसुद्धा स्वत:चा मार्ग शोधला होता. माझी आजी – जिने आपल्या अप्रामाणिक नवऱ्याला सोडून दिलं व आपल्या दोन लहान मुलींना घेऊन जिद्दीने घर सोडून निघून गेली. माझ्या आईने आपली नोकरी टिकवायला खोटी जन्मतारीख लिहिली, जी पुढे मोठी ऑफिसर झाली. माझी मावशी वडिलांच्या विरोधाला न जुमानता स्कॉलरशिप मिळवून युरोपला निघून गेली. मीच का मग मदतीची भीक मागू? या साऱ्या जणींचे मी किती आभार मानू, ज्यांच्या या कथाच मला धीर देत्या झाल्या. मी खंबीर मनाने कामाच्या शोधात समुद्री

धक्क्याकडे रवाना झाले. तिथे माझ्यासाठी काहीतरी काम असणारच या आशेवर. मी अनेक प्रकारे कोळ्यांना मदत करू शकत होते. चांगले मासे निवडायचे, बर्फात त्यांना नीट ठेवायचे, माश्यांचे तुकडे करून ठेवायचे, नाहीतर ट्रकवर क्रेट्स चढवायचे – एक ना अनेक. कुठलंतरी काम मला नक्कीच मिळेल. माझे वडील नेहमी म्हणायचे, 'शोधा म्हणजे सापडेल'. तो शोधच घ्यायला मी धक्क्याकडे निघाले होते.

पार्किंग लॉटमध्ये गाडी पार्क करताच मला समोरच दिसला जोशुआ काहून. मी आनंदाने गाडीतून उडीच मारली.

"जोशुआ, नंतर भेटलाच नाहीस तू मला. कसा आहेस?"

"उत्तम. खराब हवामानामुळे मी समुद्रावर येतच नव्हतो. पण आता हवा सुधारल्याने दररोज येतो. तुम्ही कशा आहात? मला वाटलं की, तुम्ही तुमच्या शहरात परतला असाल आत्तापर्यंत."

"नाही, अजून नाही. हिवाळा इथे छानच गेला. पण आता मात्र माझ्यापुढे छोटं संकट आलं आहे. मला जरा पैसे कमी पडताहेत."

"अरे, मग तू शेलफिश पकडण्याचा उद्योग का नाही करत? त्यासाठी फक्त एका परवान्याची गरज लागते. माझ्याकडील टोपली व उकरायचं अवजार मी तुला देईन."

"धन्यवाद! पण परवाना मिळवायला किती पैसे लागतात?"

"शंभर डॉलर्स. पण काळजी करू नकोस. तू ते एका दिवसातच परत मिळवशील. त्या साठी साधारणपणे ऐंशी पौंड शेलफिश जमा करायला लागतात. मी तर ते काही तासांतच खोदतो."

"अरे वा, हे जमण्यासारखं काम वाटतंय. तुला वाटतं का की, मी हे काम करू शकेन?"

"का नाही? इथे अनेक बायका हे काम करतात. त्यासाठी फक्त इच्छा आणि सहनशक्ती पाहिजे."

मला त्याच्या सांगण्याने दिलासा मिळाला आणि दृष्टिपथात कुठेही 'मदतनीस पाहिजे' अशी पाटीही नव्हती. मी पैसे मिळवण्याचं साधन म्हणून शेलफिश खोदायचेच ठरवले. ताबडतोब लायसन्सकरता अर्ज केला आणि तूर्तास पैशाचा प्रश्न सोडवला. माझी आई म्हणायची तसं – 'साहसी वृत्तीच आपल्याला काही मिळवून देऊ शकते'.

माझ्या उद्योगाला आता जवळजवळ दोन आठवडे झाले होते.

आता मी व्यावसायिक शेलफिश पकडणारी बाई झाले होते. सारी अवजारं आता माझी स्वत:ची होती. माझा पहिला दिवस मात्र निराशाजनकच गेला होता. साधारणपणे तासभर खटपट करून हाती काहीच लागलं नव्हतं. वारा व धुकं खूप होतं आणि मी नवशिकी होते. जोशुआ आपले तीनशे पौंड शेलफिश जमवण्यात मग्न होता. दुपारनंतर मात्र त्याचं माझ्याकडे लक्ष गेलं. माझी टोपली रिकामी पाहिल्यावर त्याला मला व्यवसायाचे काही नुस्के सांगावेसे वाटले.

"प्रथम तू पाय आपटत आजूबाजूला फिरायलां हवं. त्याने घाबरून क्लॅम्प वाळूत खड्डा करतात व आत जाऊन लपतात. वाळूत हे जसे छोटे छोटे खड्डे दिसताहेत ना त्याची खाली क्लॅम्प आहेत हे नक्की!" असं म्हणून मला त्याने प्रात्यक्षिक करून दाखवले.

"चल, आता तू प्रयत्न कर." असे म्हणून तो पुढे चालता झाला.

मी प्रार्थनेला गुडघे टेकून खाली वाकतात तशी खाली वाकले. ती छोटी छिद्रे उकरायला सुरुवात केली. ओली वाळू बाजूस सारली, तर काय! त्यात एक क्लॅम्प होता. मीच मला शाबासकी दिली आणि आजूबाजूची छिद्रं उकरायला लागले. माझ्या बास्केटमध्ये आता क्लॅम्प जमा होऊ लागले.

"छानच जमतंय तुला. उत्तम, असंच काम करत राहा." मागून जोशुआचा आवाज आला, "–आणि हे बघ, इतकं सोपं काम नाही हे. कंबर आणि दंड दुखायला लागतात. पण पैसे मिळवण्याचं तुझं लक्ष्य मात्र विसरू नकोस. बास्केटभर क्लॅम्प्स १५-२० डॉलरला जातात. पहिल्या दिवशी एक बास्केट पुरे. मग सवयीनेच तू जास्त काम करशील."

मनातल्या मनात मी हिशेब केला. दिवसभरात एक बास्केटभर क्लॅम्प्स गोळा करून मी काहीच साधणार नव्हते. माझ्या हीटरला लागणारे पैसे बरेच जास्त होते. मी खूप दिवस काम करूनसुद्धा या गतीने ते जमा होणार नव्हते. मला आजपासूनच कमीत कमी दोन बास्केट क्लॅम्प्स जमा करायलाच हवे होते. मी पुन्हा धडपडत कामाला लागले. काही तास काम केल्यावर माझे हात चांगलेच दुखायला लागले. मला खूप भूकही लागली. मी जरा विश्रांती घ्यायची ठरवले. बरोबर आणलेलं सॅण्डविच खाऊन मी कॉफी प्यायले. हातपाय ताणत

मी जरा सैलावले.

तेवढ्यात जोशुआ त्याचं जेवण आटोपून आला. "इतकंही शरीर सैलावू नकोस की, पुढे काम करणं कठीण होईल. शरीर थंड पडू द्यायचं नाही. ते गरम ठेवण्याचा एकच उपाय म्हणजे काम करत राहणे. तेव्हा ऊठ आणि कामाला लाग."

मी उठलेच आणि मार्च करत कामाला लागले. या हालचालींमुळे कितीतरी क्लॅम्प्स पळत पळत बिळात लपायला गेले असतील. खाली वाकून बिळं उकरून त्यांना बाहेर काढायलाच हवं. खाली वाकून माझी दाभणं खुपसून मी क्लॅम्प्स बाहेर काढायला लागले. मग दुसऱ्या बिळापाशी, मग तिसऱ्या. एकामागोमाग एक नशा चढल्यासारखी मी बिळं उपसत बसले. संध्याकाळपर्यंत माझ्या दोन्ही बास्केट भरल्या. कामात लयबद्धता आणायला तसा वेळच लागला. लाटांच्या तोंडाशी किनाऱ्याला हे क्लॅम्प्स सापडतात. माझ्या दृष्टीने ती जागा म्हणजे चर्चच होतं, जी फार थोडा वेळ दिसते आणि लगेच लाटेखाली दिसेनाशी होते. होती तशी पुन्हा कधीच दिसत नाही. नित्यनूतन. मी माझ्या कष्टप्रद कामाला आणि एकटेपणाला कधीच शरण गेले होते. चक्क गाणं गुणगुणत काम करण्यात मला खूप आनंद मिळत होता.

एखादा दिवस मात्र फारच खराब उगवायचा. माझं फक्त माझ्यातल्या त्रुटींकडेच लक्ष जायचं. दिवसभर मी फक्त स्वत:चीच निर्भर्त्सना करण्यात मग्न असे. माझ्या या एकटं राहण्याच्या मनमानी निर्णयामुळे माझीच जवळची माणसं दुखावली होती. नवऱ्याचा आत्मसन्मान मी दुखावला होता आणि मुलं मला दुरावली होती. पण असं नेहमीच होत नसे. स्वच्छ सूर्यप्रकाशाचे काही सुंदर दिवस उगवतच. ज्या दिवशी मला स्वत:चाच अभिमान वाटत असे. प्रत्येक अडचणींवर आपल्या कष्टाने व आपल्या विचाराने आपण मात करतो आहोत, याने 'स्व' चांगलाच सुखावे. या दलदलीत येऊन हाता-कमरेचे टाके ढिले करत मी जेव्हा काम करत असे, तेव्हा मी पूर्वीची हट्टी जोआन राहत नसे. क्षण जसे येतील तसे वेचत स्वाभाविकपणे जगण्याकडे माझा कल असे.

जोआन एरिकसनला जेव्हा माझ्या कामाविषयी कळलं, तेव्हा तिने मला चक्क शाबासकी दिली. तिच्या मते कुठलंही काम हा एक आनंददायी अनुभव असावा. तिला माझ्या या काम करण्याने खूप

आनंद झाला होता. ती म्हणालीच, "तुझ्या डोक्यातल्या त्या सडक्या कल्पनांवर वेळ घालवण्यापेक्षा तू तुझं शरीर वापरते आहेस, ते खूप चांगलं आहे. जितकी कामात व्यस्त राहशील, तेवढेच सगळे सडके विचार मागे जाऊन स्वच्छ, सुंदर विचार डोक्यात येतील." खरंच होतं ते. मी जेव्हा कामाला सुरुवात केली तेव्हा सतत आपण कुठून आलो, आपल्या योग्यतेच्या बाईला असं काम करणं शोभतं का – एक ना अनेक, नाना विचारांनी मन भरून जात असे. पण आजकाल मात्र माझं काम मी अगदी समरसून करत होते. ती सुंदर छोटी छोटी बिळं, सूर्यकिरण क्लॅम्प्सवर पडल्यावर त्यातून चमकणारे नानाविध रंग, क्लॅम्प्स वाळूवर सोडत असलेले चिकट इंद्रधनुषी रंग आणि बिळं उकरल्यावर क्लॅम्प्स सापडल्याचा आनंद. मी हे सारं मनमुराद उपभोगत होते. कुठल्यातरी आनंदी, संमोहित अवस्थेत मी सारं काम करत होते.

मला आता समजत होतं की, जगण्यासाठी आपण काय काम करतो हे महत्त्वाचं नसून, त्या काम करण्याने आपल्याला काय मिळते हे जास्त महत्त्वाचे आहे. हे साधंसुधं काम माझ्या खोट्या प्रतिष्ठेचे कंगोरे बोथट करण्याचं काम करत होतं. कामाविषयी अभिलाषा निर्माण करत होतं. ते केवळ मला पैसे मिळवून देत होतं म्हणून नव्हे, तर त्याने मला मानसिक समाधान मिळत होतं. आजकाल काठोकाठ क्लॅम्प्सने भरलेली बास्केट जसा मला आनंद देत होती, तसंच भरती आल्यावर समुद्रात परत जाणारे क्लॅम्प्सही आनंदच देत होते. ही भरती आमची धंद्याची जागा व्यापून टाकत असे. या भरतीचंही एक तंत्र होतं. ते आता माझ्या चांगलंच लक्षात आलं होतं. कोरड्या जागेवर जिथे मी क्लॅम्प्स पकडायला सुरुवात केलेली असे, तिथली वाळू जरा ओलसर व्हायला लागे. मग पायाखालून पाण्याचा रेटा जाणवायला लागे. पायाला हळुवार पाणी स्पर्शू लागे आणि काही मिनिटांतच मोठ्या लाटांनी मला वेढलेलं असे आणि मग जोशचा आनंदी स्वर "अरे व्वा! भरती आली वाटतं." त्याची कोरड्यात नांगरलेली बोट पाण्यावर हेलकावे खाऊ लागे. जणू घरी जाण्यासाठी ती आम्हाला बोलावतेच आहे. आपापल्या बास्केट्स सांभाळत निसर्गाने दिलेला 'काम पुरे'चा संदेश अमलात आणून आम्ही आपापल्या घरच्या दिशेने कूच करत असू. या भरती-ओहोटीच्या तालावर काम करण्याने मला एक खूप

मोठा फायदा झाला. जबरदस्तीने ओढून काम करण्याची माझी सवय मला फारच चुकीची वाटायला लागली. एकदा माझी शेजारीण हसत हसत मला फोरसिंथियाचा गुच्छ देऊन गेली. त्याने मी एवढी का वैतागले, ते आज मला कळतंय. त्याची जी कथा तिने मला सांगितली, त्याने मला चीड आली. महिन्याभरापूर्वी तिने कुठूनतरी फोरसिंथियाच्या फांद्या तोडून आणल्या, त्या आपल्या घरात लावल्या. नाना प्रकारची रासायनिक खते घालून त्या झाडाला जबरदस्तीने बहरायला लावलं. हे ती सारं फार अभिमानाने सांगत होती. मी सारं ऐकायचं म्हणून ऐकलं. पण अस्वस्थता मनाला झाकोळून गेली. कुठलीही गोष्ट जबरदस्तीने केली की, त्यातलं सौंदर्य आपण घालवून बसतो. माणसाने ही जबरदस्तीने गोष्टी करण्याची कला स्वत:च्या स्वार्थासाठी आत्मसात केली आहे. जबरदस्तीने बोलणं, आपल्या भावना दाखवणं, प्रार्थना करत अगदी जबरदस्तीने ऑरगझम करणं या साऱ्या कला माणसाने आत्मसात केल्या आहेत. मीही अशीच वागत होते की! पण आता नाही. निसर्गनियमात काम करणे, हीच माझी एक पसंती होती.

मी एक आवंढा गिळला. बास्केट्स उचलल्या आणि जोशने इंजिन सुरू केलेल्या बोटीकडे धाव घेतली. खारट ओठावरून जीभ फिरवत मी नखातली वाळू साफ करत बसले. प्रत्येक दिवसाचं महत्त्व मला चांगलंच कळायला लागलं होतं. हळूहळू माझं रिकामं भांडं पैशांनी भरत होतं. प्लंबरला बोलावणं आता मला शक्य होतं. हीटर बदलल्यावर मी मस्त शॉवरने गरम पाण्याची अंघोळ करू शकणार होते. पातेल्यात तापवलेल्या पाण्यात अंघोळ करणं म्हणजे मला बुचकाळून काढल्यासारखंच वाटत होतं. खूप गरम पाण्यात मनसोक्त अंघोळीची मजा काही वेगळीच. आता प्लंबरला बोलावून त्याची सोय करायलाच हवी.

पाण्यावरील तरंग

मेमोरिअल डे

सगळ्यांची मते ऐकून आपल्याच मताने जगणे तसे सोपे आहे. स्वत:साठी एकांत निर्माण करून त्यात राहणे सोपे आहे. पण तो माणूस खरंच खूप मोठा, जो समूहात राहूनही आपल्या एकांतवासाचे स्वातंत्र्य जपतो.

– Ralph Waldo Emerson 'Self-reliance'

मुलांची लग्नं झाल्यानंतर वर्षातून एकदा आम्ही सारे एकत्र जमत असू. पण यावर्षी ते करू नये, असं मला सारखं वाटत होतं. माझं माझ्या सुनांशी खूप जवळिकीचं नातं कधीच नव्हतं; पण मुलांना भेटायला मात्र जीव आतुरला होता.

लहानपणी मुलं बाहेर जाऊन घरी आली की, त्यांना भेटण्यास मी कुठेतरी संकोचत असे. त्यांच्यात झालेला बदल शोधण्यात मग्न असे. आपण आपल्या प्रिय माणसांना बऱ्याच काळानंतर भेटलो, तर पूर्वीच्याच सारखं नातं व्हायला जरा वेळ लागतो. जसं आपण स्टिरिओवर बास, ट्रेबल इत्यादी सारी बटणं फिरवत उत्तम ट्युनिंग तयार करतो, तसं नात्यातही असतं, असं मला वाटतं.

पण सुनांची गोष्ट निराळी. त्यांच्याबरोबर सहजतेचं नातं जपताना मला ते कठीणच जातं. जितकी जास्त सहजपणे मी त्यांच्याशी वागायचं ठरवते, तितकीच जास्त अनैसर्गिक मी त्यांच्याशी वागते आणि शेवटी फक्त त्यांच्या मनासारखं वागण्यात धन्यता मानते. जेव्हा मुलांची लग्नं झाली नव्हती, त्या मुली माझ्या सुना झाल्या नव्हत्या, तेव्हा परिस्थिती खूपच चांगली होती. त्या माझ्याशी खूपच चांगल्या वागत. मला मदत करण्यापासून अगदी गिफ्ट आणण्यापर्यंत सारं उत्साहात करत. फक्त पुरुषांच्या राज्यात राहणाऱ्या मला त्या दोघींचाही वावर, चिवचिवाट फार आनंददायी वाटे; पण लग्न झालं आणि दोघांच्याही नम्रतेचं रूपांतर स्पष्टवक्तेपणात झालं. प्रत्येकवेळी मला आई आणि बायको यांच्यात चढाओढ होते आहे असं वाटे. एकाच पुरुषावर अधिकार गाजवणार, भले त्यांचं नातं वेगवेगळं असू

दे. सासू-सून नात्यांवर असलेले अनेक विनोद त्या नात्याच्या विविध पदरांवर लिहिले, बोलले गेलेले अनेक संदर्भ यांना मी कायम कानाआडच केलं. कानाआड केलं तरी डोक्यातून विषय जायला हवा ना? विचार करण्याचं आपलं काम मेंदू थांबवतो थोडाच?

एकदा मी माझ्या भाचीला सांगत होते की, खरंच किती मजा ना, मला दोन-दोन मुली मिळतील. मी त्या मुलींची आई होईन. माझी भाची चटकन म्हणाली, ''मावशी, माझं जर लग्न झालं, तर मला नवीन आई कशाला हवी? मला माझी आई असणारच ना?'' मला तिचं हे म्हणणं अगदी पूर्णपणे पटलं. त्यामुळे मुलांची लग्नं झाल्यावर खूप घोळात मी अडकलेच नाही. विचारल्याशिवाय त्यांच्यात लुडबुड केली नाही, की माझी मतं त्यांच्यावर लादली नाहीत. त्यांनीही कधीच जास्त अपेक्षा ठेवल्या नाहीत. त्यांच्याभोवती त्यांनी एक अदृश्य अशी लक्ष्मणरेषा आखून ठेवली होती. ती ओलांडण्यात मला स्वारस्य नव्हतं आणि त्यांचीही तशी अपेक्षा नव्हती. पण हे त्यांचं कौटुंबिक चित्र पूर्ण होण्यासाठी मी माझ्या आयुष्याच्या उमेदीचा काळ घालवला होता आणि त्याचं मला दु:ख होतं. सुरुवातीला सुना मला जे काही सांगत असत, त्यापेक्षा अधिक जाणण्याची मला उत्सुकता होती. त्यामुळे मी नाना प्रश्न विचारत असे. पण एकदा एका सुनेने मला छान उत्तर दिलं. ती म्हणाली, ''तुम्ही नेहमीच मला या विषयी काय वाटलं, त्या विषयी काय वाटलं असं विचारता; पण तुमच्या एक लक्षात येतंय का की, वाटणं म्हणजे विचार नव्हे. वाटणं म्हणजे निव्वळ समजणं असतं. ते नेहमीच तुम्ही उलगडून सांगू शकत नाही.'' ती तसं म्हणायला नर्तिका होती, याचाही आधार होता. कारण ती नाचात भावभावना शब्दांपेक्षा, हावभावांद्वारे व्यक्त करत होती. एवढं मात्र झालं की, मी माझ्या भावभावनांना जरा आवरच घातला. तरीही मला माझ्या मुला-सुनांबरोबर राहण्यात एक वेगळाच आनंद मिळत होता. त्यांच्या बरोबर राहण्यासाठी मी वाट बघत असे. जोआनशी याबाबतीत मी बोलले, तेव्हा तिने सांगितलं की, ''ज्यापासून आपल्याला खूप आनंद मिळतो, ते सहजासहजी आपण सोडून देत नाही. ही सारी तारेवरची कसरतच असते.''

''खरंय जोआन! पण आता जेव्हा ही सारी एकत्र जमतील, तेव्हा पूर्वीसारखंच वरवर वागायची माझी इच्छा नाही. स्वत:ला बदलायची

आता मला गरज वाटत नाही. माझी मीच असावी असं वाटतं.''

''नाही, तू बदलणार नाहीस. तुला स्वातंत्र्याची किंमत आता कळली आहे. तू पुन्हा मागे जाणार नाहीस. पण तरीही हे तुमचं एकत्र येणं पूर्वीपेक्षा नक्कीच चांगलं असेल. जे काय घडतंय ते जरा किनाऱ्यावरून बघ. स्वत:तला 'स्व' जपलास, तर नात्यातल्या प्रेमाची ऊब थेट मनाला जाणवेल.''

कालच माझा क्लॅमिंगचा शेवटचा दिवस संपला. आज मुलं येणार होती. माझ्याकडे खूप शक्ती नव्हती फार आवराआवर करायला किंवा खूपसा स्वयंपाक करायला! साधारण घर आवरलं आणि मुलांना आवडणारे दोन पदार्थ बनवले. आता माझ्याकडे बराच वेळ होता, जरा स्वस्थ बसायला. मला पूर्वीचं सारं आठवायला लागलं. मी बनवलेले ढीगभर पदार्थ, त्यासाठीची माझी तडतड, मग घर अगदी व्यवस्थित आवरण्याची घाई आणि या साऱ्याचं पर्यवसन म्हणजे माझी चिडचिड व प्रचंड थकवा. मला माझंच हसू येत होतं. मी घड्याळाकडे नजर टाकली. मुलं यायला अजून दोन तास अवकाश होता. 'चला, जरा स्वत:ला आवरूया!' म्हणत मी उठलेच. आरशात बघताना मला जाणवलं, माझं वय कुटुंबातलं झळाळतं तारुण्य म्हणजे मी नव्हते. जबरदस्तीने उमललेलं फूलही मी नव्हते, तर नैसर्गिक परिपक्वता आलेली मी एक स्त्री होते. तरुण कोंबाची काळजी करण्याची मला गरज नव्हती. हा सारा सोहळा मी जसा होत राहील तसा बघायचा ठरवला होता. कमी बोलणे व जास्त ऐकणे हा माझा मंत्र होता. स्थिर राहून आपल्या प्रेमाच्या माणसाचं जवळ असणं मी अनुभवणार होते.

मोठ्या मुलाचं प्रथम आगमन झालं. तो जरा उत्साही आणि खूप बडबड्या होता. त्याच्या बडबडीने तो आजूबाजूचं वातावरण नेहमीच तणावमुक्त ठेवत असे. छोटा मुलगा व त्याची बायको नंतर आले. त्यांचं सारंच अगदी आखीव-रेखीव असायचं. येणं-जाणं, बोलणं-बसणं-उठणं सारंच तोलून मापून. मुलांच्या गप्पा अगदी सहजपणे सुरू झाल्या. ते कधी एकमेकांपासून दूर नव्हतेच, इतक्या सहजपणे! मला आठवलं ते माझ्या मोठ्या मुलाचं लग्न. त्या वेळी दोघा भावांनी एकमेकांना वचन दिलं होतं की, कोणतीही स्त्री त्यांच्या बंधुत्वात वितुष्ट आणणार नाही. या साऱ्या वर्षांत ते वचन पाळलं गेलं आहे की नाही,

कोण जाणे! काही वेळातच माझा नवरा आला आणि घराने कात टाकल्यासारखंच झालं. हे घर आम्ही सुटी घालवण्यासाठी वापरत होतो. त्यामुळे या घरात आमचा काळ अगदी आनंदी मूडमध्ये जात असे. म्हणूनच मला वाटतं की, हे घर खूप साऱ्या सकारात्मक शक्तीने भरलेलं आहे आणि ती शक्ती आम्ही सगळेजण वापरत असतो. अगदी मी एकटी असते, तेव्हाही मला त्याची जाणीव होते. मी काहीतरीच विचार करत बसले आहे. माझी आत्ताची आनंदी अवस्थाच या साऱ्याचं मूळ आहे. यावरून हे मात्र स्पष्टच होत आहे की, मी माझ्या कुटुंबासाठी खूपच आसुसले होते.

माझा नवरा आला तोच मुळी खूप चांगल्या मूडमध्ये. साऱ्यांना प्रेमभराने दिलेली आलिंगनं हेच सुचवत होती. त्या आलिंगनातून मीही सुटले नव्हते. क्षणभर मी मागे सरकले; पण क्षणभरच. त्याचा स्पर्श अगदी सच्चा आणि मोकळा होता. मग मीही त्याला आलिंगन देती झाले.

मुलांचं आणि नवऱ्याचं बोलणं ऐकताना एक लक्षात आलं की, ते वरचेवर एकमेकांना फोन करत असावेत. मुलांशी बोलताना माझ्या नवऱ्यातला प्रेमळ पिता जागा झालेला असतो. वडिलांशी मुलांचं जास्त चांगलं जमतं, माझ्यापेक्षा. अर्थात मला त्याचं दुःख नाहीच. पण तोही मुलांशी बोलता-वागताना वेगळा असतो आणि माझ्याशी वेगळा असतो. त्यांच्यातलं नातं त्यांनी निरर्थक होऊ दिलेलं नाही. आता त्यांचं बोलणं मी फारच कान देऊन ऐकू लागले. त्यांच्या बोलण्यात मी किंवा आमचे लग्नसंबंध हा विषय नाही, हे पाहून मला अगदी सुटल्यासारखं झालं.

माझ्या या छोट्या घरात काही खास जागा होत्या, जिथे मी माझ्या काही खास वस्तू ठेवल्या होत्या. म्हणून जेव्हा माझा धाकटा मुलगा माझी क्लॅम्प्स पकडायची अवजारं आणि बास्केट घेऊन स्वयंपाकघरात आला, तेव्हा मला चांगलंच आश्चर्य वाटलं.

''इथे हे सारं कसं आलं? क्लॅम्प्स कोण पकडतं इथे? ममी आता असं सांगू नकोस की, तू क्लॅमर म्हणून काम करत होतीस.''

''हो, मीच क्लॅमरचं काम करत होते.''

''ओ! म्हणूनच तू एवढी रापली आहेस. हे काय ममी? तुझ्या आयुष्यात तुला असं काही करायचं आहे, असं आम्हाला कधीच वाटलं नाही.''

“अरे, झालं काय की हीटर पूर्णच बिघडला. जुनाच झाला होता तसा तो आणि त्याला दुरुस्तीला पैसे लागणार होते. पटकन पैसे मिळवण्याचं या गावात हे उत्तम साधन होतं.”

“आणि तुझी दुखरी पाठ?”

“हे काम करून खरं तर ती आता मजबूत झाली आहे आणि आपण आपलं वरचं शरीरच जास्त वापरतो.”

मला असं जाणवत होतं की, मुलं मला म्हातारी, गयीबिती समजत होते. त्यांची आई म्हणून ते माझ्याकडे पाहत होते, न की जोआन एक व्यक्ती म्हणून. त्यांच्या या साऱ्या प्रश्नांची उत्तरं देताना मला अभिमान वाटत होता. खूपसं समाधान होतं की, माझे प्रश्न मीच सोडवले होते.

माझा नवरा एका कोपऱ्यात वाईनचा ग्लास हातात घेऊन लक्षपूर्वक आमचं बोलणं ऐकत होता. जेव्हा त्याची माझी नजरानजर झाली, तेव्हा चक्क त्याने हातातला ग्लास उंचावत मला अभिवादन केलं.

आजचा हा वेगळाच पण चांगला दिवस संपत आला होता. पुढचे तीन दिवस आम्ही सारे एकत्र असणार होतो. जसे काही नाटकाचे तीन अंकच. नाटक सुखान्त का दुखान्त, हे शेवटी कळणारच होते. प्रत्येकाला काहीतरी अपेक्षित होतं. माझ्या सुना, एवढे दिवस अशा एकत्र राहिल्या नव्हत्या. दोन्ही भाऊ परिस्थितीनुसार बदलले होते आणि आई-वडील एकमेकांपासून दुरावलेले; पण एकांतवासाने जास्तीच बळकट झालेले. सारेच आशादायी होते, उत्साही होते. माझ्या एका सुनेने मला गिफ्ट म्हणून ‘पारंपरिक’ असं लिहिलेली, हाताने पेंट केलेली एक पाटी दिली. त्याने माझा बुजरेपणा आणखीनच कमी झाला. मी ती स्वयंपाकघरात लटकावली. मला फार समाधान वाटत होतं की, वर्षातून एकदा सगळ्यांनी एकत्र जगण्याचा माझा निर्णय योग्य होता. कुठल्यातरी अदृश्य अशा रेशमी धाग्यात आम्ही सारे एकत्र बांधलो गेलो होतो. ही भावना फारच सुखावह होती.

एकत्र घरात राहणं पुरेसं नव्हतं म्हणून की काय, हवामानाने आम्हाला चांगलीच साथ दिली. सुंदर सूर्यप्रकाश आणि स्वच्छ आकाश बघून कोणाला पिकनिकला, बीचवर जायचा मोह होणार नाही! असं नाही की पावसात आणि ढगाळ हवेत आम्ही बीचवर गेलो नसतो, पण ही हवा अगदीच आदर्श होती बीचवर जायला. मी आता इथली

स्थानिक रहिवासी असल्याने कुठल्या बीचवर जायचं, याची विचारणा मुलांनी माझ्याकडेच केली आणि मोठ्या साऊथ कडच्या बीचवर जायची तयारी सुरू झाली. आम्ही सारे व्होल्व्होत बसलो. नवऱ्याने मला समोर त्याच्या शेजारच्या सीटवर बसायची नजरेनेच खूण केली. म्हटलं चला, सुरुवात तर मस्तच झाली आहे.

समुद्रकिनारी बांधलेल्या छत्र्यांपैकी एकाची आम्ही निवड केली आणि आमचा डेरा तिथे टाकला. छोट्या छोट्या समुद्री चिमण्या आमच्या येण्याने अजिबात विचलीत न होता त्यांची गाणी गाण्यात मग्न होत्या. आम्ही सारेच हलके, मोकळे झालो होतो. एक सून पतंग पकडायला मुलं धावतात, तशी पांढऱ्या टिटवीच्या मागे धावली; तर दुसरी शिंपली गोळा करायला गेली. थंडी कमी होऊन उन्हं आल्यावर तर सगळे मोकाटच सुटले. तो अमर्याद समुद्र, त्याचा अनाहत नाद आणि स्वच्छंद वारा सगळ्यांवर जादू करून गेले. एखाद्या मुव्ही कॅमेऱ्याच्या लेन्समधून फ्रेम्सचा अंदाज घ्यावा, तशी मी आलटून पालटून साऱ्यांचं निरीक्षण करत होते. सगळ्यांचा सारखेपणा आणि वेगळेपणा इथे हातात हात घालून वावरत होते. सारेच मोकळ्या वातावरणात मोकळा श्वास अनुभवत होते. मोकळेपणे एकमेकांशी गप्पा मारत होते. नवरा त्याचा राग व आळशीपणा कसा चांगला नाही ते बोलत होता, तर एक मुलगा त्याच्या नोकरीत त्याचे सहकारी त्याची कशी खिल्ली उडवतात ते सांगत होता. दुसरा तर त्याच्या वैवाहिक आयुष्यात उडणारे खटके सांगत होता. आपलं अपयश असं एकमेकांना सांगणं, हे तुमच्या प्रगल्भतेचंच लक्षण म्हणायला हवं. आधी पुरुष बायकांइतक्या गप्पा मारत नाहीत आणि स्वत:विषयी, स्वत:च्या आयुष्याविषयी तर नाहीच नाही.

मला आठवतंय, मी लग्न झाल्यावर माझ्या आई-वडिलांना पत्र लिहायचे, त्यात माझ्या सुखी संसाराचे खोटेच चित्र उभे करायचे. पुन्हा पुढचं पत्र लिहिताना मागच्या पत्रातल्या थापा न आठवल्याने चांगलीच तारांबळ उडायची. स्वत: परिपूर्ण होण्यासाठी खोट्याचा आसरा कशाला? पण कोण काय म्हणेल, ही भीती हे सारं करायला भाग पाडायची. उगाचच मोठेपणा, अतिकाळजी, अतिकाटेकोरपणाच माणसाला एकटं बनवत असावा बहुधा!

फेसाळणाऱ्या लाटा कधीच्या मुलांना खुणावत होत्या. पण हवेत जरा गारवा आला होता, तरीही जॅकेट झुगारून मुलं पोहायला गेलीच. नवरा लगेच त्यांच्या मागे धावला. तिघंही पोहण्याची मजा लुटत होते. मोठी लाट त्यांना किनाऱ्यावर फेकत होती. ते पुन्हा पाण्यात पळत होते. थोडेसे जरी ताणतणाव शिल्लक असतील तर ते आता नामशेष झाले होते.

अशा वेळेला मला नेहमी वाटतं की, आपले संस्कार यांच्या कामी येत आहेत का? मुलांविषयी माझ्या अपेक्षा पूर्ण झाल्या आहेत का? ते आज जे काय आहेत त्याची सर्वस्वी जबाबदार मीच आहे का? कोण जाणे! माझ्या प्रश्नांची उत्तरे मला अजून सापडली नाहीत. पण त्यांची काळजी मात्र सतत वाटत असते. माझा एक मुलगा शिक्षक आहे, तर दुसरा नट. पहिला आपल्या शिक्षकी पेशाला कंटाळला तर म्हणून काळजी, तर दुसऱ्याची आर्थिक स्थैर्याबद्दल काळजी. मला कळत होतं की, मी त्यांना जरा जास्तच लाडावलं होतं. तरीही त्यांच्यातल्या अनेक त्रुटींसकट ती माझी लाडकी मुलं होती. मला कायम त्यांच्या आयुष्याविषयी उत्सुकता होती. विशेषत: ते त्यांच्या बायकोशी कसे वागतात, हे मला कायमच जाणून घ्यायला हवे असायचे. आता चौघंही वाळू खोदत वाळूची मत्स्यकन्या बनवण्यात गुंग होते.

मी आणि माझा नवरा मत्स्यकन्येचे कल्ले सजवायला खोलगट शिंपले शोधत दूरवर फिरत आलो होतो. शिंपले हा एक बहाणा होता. खरं तर आम्हाला जरा एकांत हवा होता. आम्ही दोघांनी आपापल्या लढाया लढत जो एकटं राहण्याचा निर्णय अमलात आणला होता, त्याचे भलेबुरे अनुभव एकमेकांना आम्हाला सांगायचे होते. आम्ही पाण्याजवळच्या भिजक्या वाळूतून चालायचा निर्णय घेतला. पायावर जमा होणारी वाळू वेळोवेळी हलक्या लाटा धुवून काढत होत्या. त्यांचा स्पर्श पायाला फार सुखद होता. त्याचा मूड आज खूपच चांगला होता. आपल्या कुटुंबाविषयी तो बरंच चांगलं बोलत होता, जे पूर्वी कधीही घडत नसे. आपल्या सुप्तावस्थेतून तो जागा होत होता. नवीन जाणिवा त्याला होत होत्या. मला एखाद्या जुन्या मित्राबरोबर समुद्रकिनारी फिरायला यावं तसंच वाटत होतं.

मला आता असं वाटायला लागलं होतं की, प्रेम आपल्याला हवं

तेव्हाच होतं. असंच सहज अचानक होत नाही. त्याचा स्वीकार करायला आपण तयार असू, तरच ते घडतं.

"अरे, मला वाटतं की, आपल्यातली प्रगल्भता आपलं अर्धं आयुष्य संपल्यावरच वाढीस लागते."

"म्हणजे कसं?"

"नोकरी, मुलांना वाढवणे, सामाजिक जबाबदाऱ्या यात आपण आपल्या स्वत:लाच विसरून जातो."

"मग?"

"मला हे सगळं करता करताच संपून जायचं नाहीये आणि त्यासाठीच –माझ्यातल्या मला शोधण्यासाठीच – मी इथे आले आहे. त्या आकारहीन 'स्व'चा शोध मला कुठेतरी लागतो आहे, ज्यामुळे मला पूर्णत्व प्राप्त होईल."

त्याला हा विचार कितपत कळला कोण जाणे. त्याच्यातल्या अपूर्णत्वाची जाणीव त्याला होती, का 'अपूर्णत्व' हा शब्दच त्याच्या पचनी पडला नव्हता. एकीकडे पगार मिळतो म्हणून आर्थिक स्थैर्य म्हणून नोकरी करायची होती, तर नोकरीतला तोचतोपणा नकोसा झाला होता. पण नोकरीशिवाय असणं ही कल्पनाही त्याला भयावह वाटत होती.

"आपण या समुद्राच्या किनारपट्टीइतकेच अपूर्ण आहोत. कळतंय का तुला मी काय म्हणते आहे ते? आजवर आपण इतरांसाठी जगलो, सामाजिक बांधिलकीत जगलो. पण आता मी तरी माझ्यासाठी, माझ्या इच्छेनुसार जगणार आहे."

मी काय बोलते आहे ते बहुधा त्याच्या डोक्यापर्यंत पोहोचतच नव्हतं. आम्ही काय करायचं हे काहीच ठरवलं नव्हतं. भविष्याची अनिश्चितता आज आहे तेवढी पूर्वी कधीच नव्हती. तरीही भविष्याची ही अनिश्चितता फारच उत्तेजक होती.

तो चालता चालता थांबला. मी वळून त्याच्याकडे बघितलं, तर त्याच्या गालावरून अश्रू ओघळत होते. नात्यातला तणाव बहुधा वितळत होता. मला मजा वाटली की, हे सारं वसंतऋतूत घडत होतं. वसंत जो नावीन्याचा ऋतू आहे. समुद्राजवळ राहून मी एवढं नक्कीच शिकले की, शेवट तसा कशालाच नसतो.

“हे बघ,” मी आमच्यातील शांततेचा भंग करत म्हणाले. “या वर्षीचा बराचसा काळ मी इथे एकटीने घालवला. सामाजिक बांधिलकी, रीतिरिवाज, दुसऱ्यांनी घालून दिलेले नियम जे सारे मी आजवरच्या आयुष्यात पाळले, त्यांना विसरून माझ्यातली ‘मी’ शोधायला इथे आले. माझ्यातली मी, माझा मूळ स्वभाव जो जन्मत: मी घेऊन आले, तो शोधण्यात मला बऱ्यापैकी यश आलं आहे, असं मला वाटतं.”

त्याने शांतपणे फक्त माझा हात हातात घेतला आणि शिंपल्यांसह आम्ही मुलांकडे परत निघालो. मला आतून जाणवत होतं की, बरंच काही बदललं आहे, चांगल्यासाठी.

समोरच मुलं होती. त्यांचं मत्स्यकन्या बनवण्याचं काम जवळ-जवळ पूर्ण झालं होतं. आता मत्स्यकन्येला शोभिवंत करण्याचं काम फार काळजीपूर्वक करायला हवं होतं. कारण ती वाळूची होती. तेव्हा तिला सुशोभित करायला वेळ हा लागणारच. एखाद्या कलाकाराला जर पाणी आणि वाळूत काही कलाकृती बनवायची असेल, तर त्याच्याकडे अनेक संभाव्यता असतात. तसंच मानवी कलाकृतीचेही आहे. आपल्या आयुष्याचे तुकडे फार काळजीपूर्वक एकत्र आणायला लागतात आणि पुन्हा सारं क्षणभंगुर. आम्ही सारी अपूर्ण माणसं काहीतरी परिपूर्ण, नवीन घडवत होतो.

जोआन एरिकसन म्हणाली होती की, प्रेमळपणा, ऊबदारपणा आपण निर्माण केल्याशिवाय अनुभवू शकत नाही. खेळण्याची ऊर्मी खेळल्याशिवाय कळत नाही. तसंच जोखीम घेतल्याशिवाय अचानक घडणाऱ्या गोष्टींची मजा घेऊ शकत नाही. तेव्हा एकत्र काहीही करण्याने अनेक गोष्टी साध्य होतात. आमच्या कुटुंबाची ही एकत्रितपणे वाळूची मत्स्यकन्या बनवण्याची कृतीच आम्हाला जवळ आणती झाली.

मला सगळ्यात मजा वाटत होती, ती वेगवेगळ्या पिढीतील आम्ही सारे कसे बदलत होतो, कसे वाढत होतो याची. बदल इतका महत्त्वाचा नव्हता, तर आमचे पुढे जाण्याचे प्रयत्न महत्त्वाचे होते. ही मुलं आणखी मोठी झाल्यावर कशी असतील हे एक आश्चर्यच असेल. माझं महत्त्वाचं काम म्हणजे येणाऱ्या या प्रत्येक आश्चर्याचं, बदलाचं कौतुक करायचं आणि त्यांना प्रोत्साहित करायचं.

मुलं सतत मला माझ्या स्वभावावरून चिडवत असत. माझी सतत

गोंधळलेली स्थिती हा त्यांच्या चेष्टेचा विषय. मी ज्यात त्यात नाक खुपसते, जोरात बोलते, प्रसंगानुरूप वागत नाही. एक ना अनेक. अर्थात मलाही मुलं आणि सुना यांच्या स्वभावात नाना चुका दिसत असत. अर्थात सगळेच सगळ्यांशी जमवून घेतात. मला त्यांच्यातलं अपरिपूर्णत्वच अधिक भावत होतं, म्हणजे परिपूर्णत्वाची धडपड सतत चालू राहते.

सायंकाळ होत आली होती. संधीप्रकाश पसरला होता. आता सारं आवरायलाच हवं होतं. आम्ही सकाळीच भरतीच्या वेळी आलो होतो. आता ओहोटी लागली होती. भरती ते ओहोटी. एक पूर्ण वर्तुळ आम्ही समुद्राच्या सान्निध्यात होतो, सारे बदल टिपत होतो. प्रत्यक्षात वेळ कसा निघून जातो ते बघत होतो. या साऱ्याच्या मागे असलेल्या शक्तीचा अनुभव घेत होतो. पण आता निघायलाच हवं होतं.

घरी गेल्यावर सुनांनी स्वयंपाकघराचा ताबा घेतला. मी फक्त त्यांना हवं-नको बघत तोंडपाटिलकी करत होते. एकीने पास्ता बनवला टोमॅटो सॉस घालून, तर दुसरीने सुंदर सॅलड बनवलं. साधारण नऊ वाजले आम्हाला जेवायला. सगळ्यांनी मिळून जेवण बनवायची मजा काही वेगळीच. मला तर ती एखाद्या बॅलेच्या कार्यक्रमासारखी वाटते. त्यातील एकसूत्रता कशी डोळ्यांना सुखावह वाटते, तसंच काहीसं. एखाद्याच्या चांगल्या कामाचं कौतुक करण्याने तुम्ही त्या माणसाच्या अधिक जवळ जाता.

आज डेझर्ट काहीच नव्हतं. त्याची आवश्यकताही नव्हती. समोरच्या मेणबत्त्या मिणमिणत तेवत होत्या. त्यांच्यासारखीच सारी मंडळी आता पेंगुळली होती. तरुण मुलांच्या आपापसात खाणाखुणा चालल्या होत्या. डोळ्यांच्या कोपऱ्यातून त्या मला दिसत होत्या आणि आत कुठेतरी समाधान वाटत होतं. असं म्हणतात की, चांगला नवरा हे एका आईचं देणं असतं. मी माझीच पाठ थोपटून घेतली. बाटलीतली उरलेली वाईन सगळ्यांच्या ग्लासात ओतत माझा नवरा उभा राहिला. ग्लास उंचावत म्हणाला–

''चिअर्स! हा टोस्ट आमच्या पत्नींसाठी आणि आमच्या हृदयस्वामिनींसाठी!'' (आमच्या हृदयस्वामिनी या आमच्या पत्नी असोत आणि आमच्या पत्नी नेहमी आमच्या हृदयस्वामिनी असोत!)

सुरक्षित बंदर

जून अखेर

जर 'देणं' स्त्रीचं कर्तव्य आहे,
तर दिल्यानंतरच तिचं रितेपण भरून येणंही तितकंच
आवश्यक आहे.

– Anne Morrow Lindbergh 'GIFT FROM THE SEA'

पहाटेच अगदी पक्ष्यांचे आवाज सुरू झाले अन् मी उठले. पाऊल न वाजवता स्वयंपाकघरात जाऊन थर्मासभर कॉफी केली. आज माझा मोठा मुलगा व त्याची बायको पुढच्या प्रवासाला निघणार होते. कॉफी होत नाही तोच दोघं स्वयंपाकघरात आले. पटकन् आवरून तयार झाले. यापुढे त्यांना दूरवर पूर्वेकडे बाईक राईडला जायचं होतं. बाईक कालच गाडीच्या टपावर बांधून झाल्या होत्या. त्यांना निरोप देताना मला अगदी गहिवरून आलं. मुलाची मिठी तर सोडवत नव्हती. इतक्या दूर तेही बाईकने जाण्याइतकी मुलं मोठी कधी झाली? ओठावर हसू आणि डोळ्यांत आसू अशा अवस्थेत मी त्यांना 'अच्छा' केलं. घरात आल्यावर मात्र अश्रू ओघळलेच. मला वाटतं, माझ्या लक्षात आलं की, ती आता माझी नाहीत. ती दोघं एकमेकांची आहेत. त्यांना त्यांचं आयुष्य आहे. आपापलं राज्य. त्यांचं भविष्य त्यांच्या हातात आहे. माझ्यावर ते अवलंबून नाहीत. मी फक्त लागेल तेव्हा मदत करू शकते. हे थोडंसं कडवट असलं, तरी सत्य होतं. हळुवार रेशमी बंधनानेच प्रेम खुलतं, हे खरंच.

सारी मंडळी येऊन गेली, त्याचा मला खरंच खूप आनंद झाला होता. पण आपल्या एकांतवासात परतण्याची घाईही झाली होती. आमचा एकमेकांशी वागतानाचा अविवेकीपणा आमच्या आनंदावर विरजण घालू शकत नव्हता. अर्थात असा आनंद, अशी मजा सहजासहजी मिळत नाही. त्यासाठी प्रत्येकाला काहीतरी प्रयत्न करावेच लागतात. माझे प्रयत्न म्हणजे, मी काही माझं वागणं बदललं नाही; पण जिभेवर लगाम ठेवला. उगाचच आपली मतं मांडत बसले नाही. मला एकदम रिकामं रिकामं वाटायला

लागलं. सगळीजणं निघून गेली हे कारण होतंच; पण सगळीजण आपापल्या उद्दिष्टांकडे परतली, हे विशेष कारण होतं. नवऱ्याला निरोप देताना मात्र जरा विचित्रच वाटलं मला. सकृद्दर्शनी तो त्याच्या नोकरीवर परतत होता; पण प्रत्यक्षात मात्र तो त्याच्या जगात परतत होता. अर्थात बोलता बोलता अनेकदा त्याने स्वेच्छानिवृत्तीचा विषय काढला होता आणि त्यात कायम 'आपण दोघं' हा शब्द आला होता. पुन्हा मनं जुळण्याच्या या प्रक्रियेत मला भविष्याविषयी नाना प्रश्न विचारून दुधात मिठाचा खडा टाकायचा नव्हता. पण तरीही आमच्यात काही अगम्य अंतर होतंच, जे नाकारता येत नव्हतं. ते अंतर आमच्यात लैंगिक संबंध नसण्यानेही असू शकेल. असं नाही की, त्यामुळे मी अगदी विचलित झालेले होते; पण हे संबंध विचारातच घेतले गेले नाहीत, याचं दु:ख मात्र जरूर होतं. अलीकडे अनेकदा लैंगिकतेसंबंधी मनात विचार येत असत. त्यामुळे आपल्या आयुष्यात काहीतरी कमतरता आहे, असं वाटे. विशेषत: सिनेमातील लैंगिक दृश्य पाहून तर आपल्याकडे हे सगळं नाही, याचं वाईट वाटे. कोणी प्रेमिक एकमेकांच्या मिठीत असतील, तर मी चक्क पाठ वळवत असे, माझी ती दुखरी जखम पुन्हा भळाभळा वाहू नये म्हणून. माझ्या मनाची मजल तर मुलं बंद दाराआड काय करत असतील इथपर्यंतही पोहोचली होती. पण प्रत्यक्षात मात्र लैंगिक संबंधांना माझ्या आयुष्यात फार महत्त्व नव्हतं. मला काही हवं आहे असं वाटणं वेगळं आणि प्रत्यक्षात ते असल्यावर त्याचा आनंद उपभोगणं वेगळं.

खरं तर मी नवऱ्याशी लैंगिक संबंध ठेवणं थांबवलं होतं; कारण मला आता त्यात रुची नव्हती. एखाद्या पुरुषाला आपल्या स्त्रीत्वाच्या अस्त्राने लग्नबंधनात अडकवणं सोपं असतं. मुलं हवी असतील, तर त्याच्याबरोबर झोपणं आणखी सोपं असतं. पण नंतर मात्र ती एक नैमित्तिकता होते. एक कर्तव्य होतं. घरातली रोजची, मुलांची कर्तव्य केल्यानंतर, आपल्या पुरुषाला सुखावणं हेच एका उत्तम पत्नीचं काम आहे, असंच आम्हाला लहानपणापासून मनावर बिंबवलं गेलं होतं. आज एवढ्या वर्षांनंतर मी विचार करतेय की, मी काय काय हरवलं. माझ्या अनेक मैत्रिणींनी मला सांगितलं होतं की, त्याही या नित्य नैमित्तिकतेला कंटाळल्या होत्या. एकीच्या नवऱ्याने तिला अनेक बायकांसारखीच तूही एक बाई, अशी वागणूक दिल्याने आपले लैंगिक संबंध संपुष्टात आणले होते; तर दुसरी नवऱ्याचं

घोरणं सहन करू शकत नव्हती. तिसरी तर नवऱ्याच्या रोमँटिक कल्पनांनाच कंटाळली होती.

आज ना उद्या हे सारे विचार मला उद्ध्वस्त तर करणार नाहीत ना? माझ्या मनाला मी निसर्गत: पाघळू का देत नाही? वाईटात वाईट काय होईल, तर ते पूर्वीसारखंच असेल – अनैच्छिक, किंवा मग मनातले विचार पूर्णपणे ताबा घेतील माझ्या शरीराचा. चायनिज म्हणतात तसं, नियमित शारीरिक संबंध असल्याने तुमची तब्येत उत्तम राहते व तुम्ही दीर्घायुषी होता. हे सबळ कारण असू शकेल मला शरीरसंबंध हवं असण्याचं? अर्थात हा विचार करणं मूर्खपणाचं आहे, जेव्हा माझा नवरा माझ्याजवळ नाही. एखाद्या वेळेस या सच्च्या प्रश्नाला सामोरं जाण्यातच उत्तराकडे जाण्याचा मार्ग मोकळा होत असेल.

आज चांगल्या सूर्यप्रकाशाचा दिवस आहे, तेव्हा यावेळेचा मी चांगला उपयोग करायला हवा. ढगाळ हवेवर सूड उगवावा तसं या सूर्यप्रकाशात मी बाहेर पडायला हवं. जवळच माझी गोल मोठ्या चाकांची व गंजक्या चेनची सायकल आहे, जिचा उपयोग मला भाजीपाला, किराणामाल आणायला किंवा पोस्टात जायला होतो. या सायकलवरची लांब रपेट माझी विषण्णता घालवेल बहुधा. मी सरळ सायकल काढली आणि जंगलाचा रस्ता पकडला. मला आठवतंय, मी लहान असताना अशीच अहेतुक न ठरलेल्या ठिकाणी सायकल घेऊन निघून जात असे. खूप अपेक्षेने, उत्साहाने. मोकळे सोडलेले केस अन् भन्नाट वारा. अंगात वेगळाच काही संचार होत असे. मी निघाले होते त्या रस्त्याचे नाव होते 'लव्हर्स लेन'. रस्त्याच्या कडेला फुललेले जंगली गुलाब, पिवळी रानटी फुलं अन् जांभळी लाजाळू. रंगांचा गालिचाच पसरला होता जणू. फुलांचा मंद सुवास, मातीचा मस्त सुगंध – सारंच कसं चित्त प्रसन्न करणारं होतं. एकदा सावलीत तर पुन्हा उन्हात. ऊन-सावलीचा हा मजेदार खेळ अजून पुढे यायला आमंत्रित करत होता. पुढे पाईन वृक्षांच्या रांगा लागल्या. त्याच्या गंधाने आपण खूप शुद्ध हवा घेत आहोत, असं वाटतं आणि शरीर अगदी हलकं फुलकं होतं. परवा सून जेव्हा बाईक तिला का आवडते ते सांगत होती, त्याचा आत्ता मला अर्थ कळत होता. निसर्गातील सारी आश्चर्ये – अगदी गवताचं पातंसुद्धा सावकाश सायकल चालवण्याने आपल्या नजरेस पडतं. आता चेहऱ्यावरून घाम टपकायला लागला होता. कोरड्या ओठांवरून मी जीभ

फिरवली. घामाची चव एवढी गोड असू शकते? माझ्या मनातले विचार कुठेच पळून गेले होते. सहज मनात विचार आला, अशा दूरच्या सायकल रपेटीत आपला नवरा बरोबर असेल तर? विचार झटकून मी पॅडल जोरात मारायला सुरुवात केली, कारण मला टेकडी चढायची होती. उतारावर मात्र मी पॅडलवरचे पाय सोडून दिले. शरीर सैल सोडलं आणि सुटले. थांबले ती पार पायथ्याशी असलेल्या चर्चच्या दारात. समोरच तिथे पाटी होती – 'प्रेमाच्या विरुद्ध अनास्था, बेपर्वाई'. मी सायकलवरून उतरून खालच्या गवतावर बसले. गवतावर अजून सकाळचं दव रेंगाळत होतं. ओलसर गवत आणि त्याचा ओलसर वारा. अगदी ताजंतवानं वाटत होतं. शरीराला नुसत्या घामाच्या धारा लागल्या होत्या. सुकलेल्या घशाला मी गटागटा पाणी पिऊन शमवलं. शरीर जरा ताणलं. थकलेल्या गुडघ्यांना पोटाशी घेत मग सरळ करत जरा व्यायाम दिला. मी तास-दोन तास तरी सायकल चालवली होती. आता नजर स्थिरावली होती ती 'अनास्था, बेपर्वाई' या शब्दांवर.

मी माझ्या नवऱ्याप्रती अनास्था तर दाखवत नव्हते ना? की मला माझ्या लग्नाची पर्वा राहिली नव्हती? मला त्याची काहीच काळजी नव्हती, त्याच्याविषयी काही वाटत नव्हतं, की मी त्याच्याशी दुष्टपणे वागत होते? मला वाटतं, असं नव्हतं. आम्ही दोघंही जरा कंटाळलो होतो. आंतरिक शक्तीच उरली नव्हती कसली आणि म्हणूनच आपल्या भावभावना आपल्याकडेच ठेवत आम्ही रसहीन आयुष्य जगत होतो.

पण आताच्या त्याच्या भेटीत हे स्पष्ट झालं होतं की, आम्ही एकमेकांविषयी बेपर्वा नव्हतो. गोंधळलेल्या मन:स्थितीत जगणाऱ्या आम्हा दोघांची 'वेगळं राहणं' ही बहुधा गरज होती. योगायोगाने हे घडलं तेही रजोनिवृत्ती (मेनॉपॉज) च्या वेळेला. म्हणजे पुरुषांपासून थोडा विराम. खरं तर सगळ्याच स्त्रियांनी याचा विचार करायला हवा. तिला पुन्हा नव्याने उभं राहायला वेळ द्यायला हवा. जर या अनास्थेचा मी जास्त विचार करते आहे, तर मी अजूनही त्याची काळजी करते. मी आधी थोडी बेपर्वा होते बहुधा, पण आता नाही. नवऱ्याविषयी पण नाही आणि माझ्या लग्नाविषयी पण नाही. मला तो घरी यायला नकोय असं नाही, पण त्यामागे काही उद्देश असावा. सोय म्हणून नको! आमचं भविष्य आम्ही दोघांनीही आखलेलं असावं. आमच्या आयुष्याच्या या तिसऱ्या प्रवेशात

मला एकटीला दिग्दर्शन करण्यात रस नव्हता.

चर्चमधल्या प्रार्थनेच्या आवाजाने माझी तंद्री भंग पावली. मी पण त्यांच्या सुरात सूर मिसळला. मला आठवलं, लहानपणी आमच्या शिक्षकांनी कशी प्रार्थना करावी ते शिकवलं होतं. ते म्हणत, ''आधी देवाची स्तुती करा, त्याचं गुणगान गा, मग त्याला धन्यवाद द्या, मग त्याची क्षमा मागा आणि शेवटी तुम्हाला काय हवं ते मागा.'' असं करताना मी नेहमीच माझ्या प्रार्थनेचं मूळ कारण विसरून जात असे. आपण देवाकडे काय मागायला आलो होतो, याचा विसर पडत असे.

आता पुढे काय? पुढे काही नाही. सरळ सायकलवर बसले आणि माझ्या माहितीतल्या एका जनरल स्टोअरकडे निघाले. चार-पाच किलोमीटर गेल्यावर ते दुकान आलं. हे दुकान आज अनेक वर्षे मी पाहत आले आहे. अगदी साधं. इथे उगाचच फॅन्सी गोष्टी मिळत नाहीत, पण सगळ्या जीवनाश्यक वस्तू मिळतात. अगदी भाजीपाल्यापासून जाम-जेलीपर्यंत, गोळ्या-बिस्किटांपासून केक्सपर्यंत, छोट्या स्क्रूपासून अगदी नळापर्यंत, कोल्ड्रिंकपासून रॉकेलपर्यंत सारं काही. रोजच्या गरजेचं असं. त्यातही अनेक ब्रँड नाही. एखादाच पण चांगला. म्हणजे तुम्ही निवड करताना गोंधळ व्हायला नको. मी लेमोनेड घेतलं आणि तिथल्याच एका कॅनवर टेकले. काहीजण तिथे सहजच बसलेली होती. जाणाऱ्या-येणाऱ्यांना पाहत शांतपणे वेळ घालवत होती. मनात विचार आला, आयुष्य खरं तर किती साधं-सरळ आहे. आपणच ते फार गुंतागुंतीचं करतो. मूलभूत गरजांपलीकडे जाऊन चैनीला, विलासी गोष्टींना जास्त महत्त्व देतो आणि आयुष्यातला आनंद हरवून बसतो. बसल्या-बसल्या मला जाणवलं की, मला खरं तर हेच हवं आहे – शांतपणा, साधेपणा, जो या गावात परिपूर्ण भरलेला आहे. 'केप' – हो, हेच गाव माझं घर आहे. मी या गावाचा एक घटक आहे. मुलं आणि नवरा काहीही करोत, मी मात्र आता इथेच राहणार. आता माझ्या मनाला शांती मिळाली. मी सायकलवर टांग टाकून अगदी रमत गमत घरी आले.

घरी येऊन बघते तो काय, घराच्या छतावर काही माणसं काम करत होती. मी दचकलेच आणि ओरडले, ''तुम्ही तिथे काय करताय?''

''आम्ही फुटलेली कौलं बदलतोय.''

"मी तर तुम्हाला बोलावलं नव्हतं. तुम्ही नक्की बरोबर घरी आलात का काम करायला?"

"होय. तुमच्या नवऱ्याने हे काम करायला आम्हाला सांगितलं आहे. यानंतर हीटरच्या इन्सुलेशनचं कामही करायचंय."

मी चांगलीच अचंबित झाले. सरळ नवऱ्याला फोन लावला.

"अरे बाबा, हे छप्पर दुरुस्तीचं काय काढलं?"

"अरे वा! आली वाटतं माणसं काम करायला?"

"हे काय चालू आहे, मला जरा सांगशील का?"

"एवढं चिडायला काय झालं? मला वाटलं, तू आनंदित होशील."

"नाही, ती मी आहेच; पण मला जरा सांगितलं असतंस तर? माझ्या त्या हीटर प्रकरणामुळे तर तू या घरात लक्ष घालीत नाहीस ना?"

"नाही, नाही. खरं तर हे घर आपल्याला नीट जतन करायला हवंय. आपल्या सगळ्यांनाच त्याचं प्रेम जास्त आहे."

तो ज्या ठामपणे बोलत होता, ते फारच आश्चर्यकारक होतं. जुन्यात त्याला पुन्हा गुंतायचं होतं. मला कळत नव्हतं की, जे मी ऐकते आहे ते मला आवडतंय का नाही; पण एवढं खरं की, काहीतरी बदल घडत होता. तो इकडे येण्याची, माझ्याबरोबर राहण्याची तयारी करत होता. मिनिटभर मी फोन पकडून नुसतीच उभी राहिले आणि मग एकामागून एक नाना प्रश्न मनात निर्माण होऊ लागले. तो कधी परत येणार आहे? आल्यावर तो काय करणार? आम्ही दोघं एकत्र सुखाने राहू शकू का? त्याच्यासारख्या शहरी माणसाला या छोट्याशा गावात करमेल का? प्रश्न आणि प्रश्न! आणि एका क्षणी मी एकदम थांबले. मला आता कुठल्याच प्रश्नाचं उत्तर नको होतं. त्याचा इकडे येण्याचा, या घरात राहण्याचाच विचार महत्त्वाचा होता. तोही अशा दिवशी की, ज्या दिवशी मी या गावात राहण्याचा निर्णय पक्का केला होता. आत्ता या क्षणी हे घर दुरुस्त होत होतं आणि ते माझ्या दृष्टीने महत्त्वाचं होतं. आजचा दिवस खरंच खूप वेगळा आणि उत्कंठावर्धक गेला होता.

बेबंद आणि खारट

ऑगस्ट

जर तुम्ही आयुष्यात हरवण्याचा धोका पत्करलात,
तर तुम्ही कुठेतरी अशा ठिकाणी अडखळाल,
जिथे तुम्हाला तुमच्या आयुष्याचा अर्थ सापडू शकेल.

– निनावी

मी माझ्यातला 'इन्स्टिंक्ट'कडे (सहजप्रवृत्ती) लक्ष द्यायला आता शिकले होते. बुटात अडकलेला खडा वेळीच काढायला, घशात अडकलेलं हाड वेळीच काढायला शिकले होते. थोडक्यात, माझ्या भावभावनांकडे दुर्लक्ष न करता त्यांचं ऐकू लागले होते आणि हेच कारण होतं की, एवढ्या सकाळी मी या फेरी बोटीत बसले होते. एकटीच रात्री राहण्याच्या इराद्याने मी निघाले होते. बेटावर एकटीच राहण्याने माझे विचार जरा स्पष्टपणे मला कळतील असं वाटल्याने मी निघाले होते. गेलं वर्षभर लग्न झालं असूनही मी एकटीच स्वतंत्रपणे जगत होते. आता निवृत्तीनंतर नवरा इकडे यायचं म्हणत होता. मला नितांत गरज होती, मला काय वाटतंय हे जाणून घेण्याची. त्यासाठी एवढं साहस मला सहज शक्य होतं. पूर्वी अनेकदा हाइकिंग व ट्रेकिंगला गेले होते, जिकडे माझी ताकद व साहसी वृत्ती आजमावली होती. परीक्षा केली गेली नव्हती ती माझ्या स्वातंत्र्याची, माझ्या एकटेपणाची. कारण माझ्याबरोबर अनेक लोक असत. आजचं साहस हा माझा खोल अनुभव ठरावा. बोट हळू चालत होती तरी वीस मिनिटांत माझं इच्छित स्थळ आलं. टेंट, स्लिपिंग बॅग इत्यादी साहित्य घेऊन मी खाली उतरले. पुन्हा खाण्याचं सामान घ्यायला व माझ्या नाविकाला निरोप द्यायला आले.

उद्या दुपारनंतर मला घ्यायला यायचं आश्वासन देत व मध्यरात्री कुठलीही अडचण आली तरी तो मदत करू शकणार नाही, अशी सूचना देत तो चालता झाला. जरा वेळ या इंजिनाचा आवाज ऐकू येत होता. मग तोही येईनासा झाला. आता इथे मी पूर्णपणे एकटी होते. काही क्षण

उगाचच एका अनामिक भीतीने माझा ताबा घेतला. मग मला मीच माझ्या शेजारणीला दिलेलं उत्तर आठवलं. 'तुला भीती नाही का वाटणार एकटीला?' या तिच्या प्रश्नाला मी उत्तरले होते, "बहुधा नाही. आणि अशी भीती वाटू नये म्हणून तर हा सारा खटाटोप मी करते आहे."

हे किती विचित्र आहे की, आयुष्य आपल्याला सुरक्षित राहायला, काळजी घेत जगायला शिकवतं. सहजच मनात विचार डोकावला की, आपण हवामान नीट बघून आलो ना? अर्थात ते बदलणार हे नक्कीच. पण त्याने खूप मोठी अडचण माझ्यापुढे उभी करू नये. अर्थात पौर्णिमेला इथे येण्याचा हट्ट माझाच होता. आतापर्यंत पाण्याच्या लहरी ज्या पायाला हळुवार स्पर्शत होत्या, त्या जरा धीटपणे माझ्या पायाला विळखा घालू लागल्या. त्या बहुधा माझं सामान जरा उंचावर ठेवण्याची सूचना देत असाव्यात. एका बोडक्या झाडाच्या बुंध्यावर जरा उंचावर मी माझं सामान ठेवलं आणि मग मी सगळ्या बेटाचं जरा अवलोकन करू लागले. जरा सपाट, पण पाण्यापासून थोडी लांब व उंचावर अशी जागा टेंटसाठी शोधू लागले. पाय ओल्या वाळूत रुतत होते. त्यामुळे घाईघाईने चालणं शक्य नव्हतं. मला हवी तशी जागा सापडली आणि तिथे मी आपला डेरा टाकला.

साधारण तासाभरात माझं टेंट उभं करण्याचं काम संपलं. आता त्यात मी शांतपणे बसू शकत होते. माझी चिंता कमी झाली. कोवळ्या गवतावर मी माझी बसायची जागा बनवली. वाऱ्याचा आवाज आणि समुद्राची गाज एक मस्त नशा चढवत होतं. डोक्यातले फालतू विचार तर कधीच लांब पळाले होते. मी जिथे बसले होते, तो मुद्दाम कोणी बनवावावा असा परिपूर्ण गोल होता. मऊ वाळूत समुद्री गवत तिथे आच्छादल्यासारखे उगवले होते. त्याचा पिसासारखा मऊ स्पर्श तर अवर्णनीय! अशा समुद्रकिनारी सतत जागा बदलणाऱ्या वाळूत अन् तुफानी वाऱ्यात या गवताला ठामपणे उभं राहण्यात किती कष्ट घ्यावे लागत असतील, याची कल्पनाच केलेली बरी. एखाद्या वेळेत यापासून मी काही बोध घेण्यासारखं तर नसेल? आपली पाळंमुळं खोलवर रुजवत वादळ-वाऱ्यात घट्ट उभं राहण्यातच शहाणपणा आहे, असं तर सुचवत नसेल हे गवत? संदेश नेहमीच शांत वातावरणापेक्षा जिथे अस्तित्वाची लढाई आहे, तिथेच मिळतात. मला आज या गवताशी, वातावरणाशी माझं फार जवळचं नातं आहे असं वाटू लागलं होतं. शांततेत कायम

एक स्थैर्य, स्थिरता असते, तर झगडण्यात कायम बदल होत असतात. मीही माझ्या अस्तित्वाच्या लढाईत बदलले नव्हते का? म्हणूनच मला इथल्या निसर्गाशी जास्त जवळीक वाटत होती.

या पृथ्वीवरल्या स्वर्गात भटकायला मी आसुसले होते. या लाटांचे संगीत समजून घेण्यात मला रस होता. मी चालायला सुरुवात केली. अगदी लाटांच्या किनाऱ्याने मी चालत होते. मला प्रत्येकवेळी लाटांचा वाढणारा जोर जाणवत होता. पाय ठामपणे वाळूत रोवावे लागत होते. पण लाटा माझ्या उमटणाऱ्या पाऊलखुणा तत्क्षणीच मिटवत होत्या. मला ही कल्पना फारच आवडली. आपल्या कुठल्याही कृत्याचा ठसा मागे न ठेवता पुढे जात राहणे. न उलगडता येणारं कोडं, ज्यात काहीही पुरावा मागे शिल्लक नाही.

कोणालाही कसलीही कल्पना न देता, कसलीही रुजवात न घालता निघून जाणं आणि त्यातही आपली गुपितं जपणं हे माझ्या सागराशेजारी वर्षभर राहण्याचं सार होतं. थोड्याच दिवसांत हे संपणार होतं. मी रोज काय काय करते किंवा करणार आहे, याचा पाढा मला कोणातरी पुढे वाचावा लागणार होता. अलीकडेच जोआनला मी म्हटलं होतं की, अशी माझी गुपितं न जपता येणं मला जरा अवघडच जाणार आहे. यावरचं तिचं उत्तर फार छान होतं. ती म्हणाली, ''तू आपली ही गुपितं जपलीच पाहिजेस. तुझी गुपितं ही तुझीच राहिली पाहिजेत. जर तू आपल्या आयुष्याचं पुस्तक असं पूर्णपणे उघडं ठेवशील, तर तुझी ताकद तू निश्चितच कमी करशील.'' इथे तर अनेक गोष्टी छुप्या आहेत. गूढतेची मैत्रीण नि:शब्दता आहे. कमी माहिती आणि जास्तीची हाव अपेक्षा वाढवते. सातत्याने अडखळणाऱ्या प्रश्नांची उत्तरे मिळवणे, हा आता माझा राजमार्ग झाला होता. पिकासोच्या शब्दांत सांगायचं तर 'मला सापडलं, मी शोधलं नाही.' प्रत्येकाचा परिणाम जाणून घेण्याचा माझा हव्यास आता कमी झाला होता. त्यापेक्षा थांबून वाट बघणं मी जास्त पसंत करत होते.

चालता चालता मी थांबले. कोणीतरी माझा पाठलाग करत आहे, असं मला वाटत होतं. खरं तर इथे कोण माझा पाठलाग करणार? कोल्हा किंवा कुत्रा, मांजर असं छोटंसं जनावर. पण पाठीमागे तर कोणीच दिसत नव्हतं. चाहुल मात्र येत होती. नजर सहज पाण्याकडे गेली. ओ! तर माझा पाठलाग करणारे जमिनीवर नाही, तर पाण्यात होते. एक-दोन नाही, त्यांची परेड होती. माझे आवडते सील्स. ते माझ्या बाजूबाजूने पोहत होते. माझ्याशी

लपाछपीचा खेळ खेळत होते. तेवढ्यात एकाची व माझी नजरानजर झाली. मला हसू आलं. त्यांच्याशी संवाद साधायची इच्छा झाली.

'काय रे, तुम्ही मला ओळखलं नाहीत काय? आपण पहिल्यांदा भेटलो होतो, तेव्हा तुम्ही साऱ्यांनी मला विचित्र वागायला भाग पाडलं होतंत. तुमच्या बरोबरची मस्ती मला खरंच वेडं करून गेली होती.'

माझं हे बोलणं ते समजल्यासारखं ऐकत होते. अचानक उसळी मारून त्यांनी समुद्रात एक डुबकी घेतली. असं वाटलं की, त्यांनी मला ओळखलं असल्याची ती पावती होती.

मी माझा वेग त्यांच्या पोहण्याच्या वेगाशी मिळता जुळता ठेवला. उड्या मारत आनंदात त्यांचा सहवास मी उपभोगत होते. सीलच्या डोळ्यांत काही खास अशी शक्ती असते, जी विशिष्ट लोकांनाच मिळते – अशी एक दंतकथा मी फार पूर्वी ऐकली होती. आज मला त्यावर विश्वास ठेवावासा वाटत होता.

ऑक्टोबरमध्ये जेव्हा मला हे सील भेटले होते, तेव्हा त्यांच्याशी मी त्यांच्या बरोबरीने मस्ती केली होती. स्वभाव खेळकर आणि मोकळा असावा हे त्यांच्याकडूनच शिकले होते. त्यांच्यामुळेच माझ्या आयुष्यातल्या कमतरतेचा शोध घेतला होता. एक नवी दिशा, नवा मार्ग त्यांनीच मला दाखवला होता. कृतज्ञतेने माझ्या गालावरून अश्रू ओघळू लागले. त्यांच्यामुळेच खरंतर आज माझ्या आयुष्याला अर्थ प्राप्त झाला होता.

अजूनही मी त्यांच्याबरोबरच होते. आता आम्ही बेटाच्या अगदी टोकाशी पोहोचलो होतो. जिथे समुद्र आणि खाडी एकत्र मिळतात, त्यांच्या या भिडण्याने लाटा जरा जोरात उसळतात. फेस सर्वत्र पसरतो. तिथे टोकाशी काही मोठाले दगड आणून ठेवले होते. त्यावर लाटा आपटत होत्या आणि फेस मिळेल त्या फटीत घुसत होता. मला या दगडांच्या तग धरून राहण्याचीसुद्धा गंमतच वाटते. कधीकाळी ते एखाद्या पर्वतराजींचा भाग होते आणि आज ते सागराच्या थपडा झेलत शांतपणे उभे आहेत. केवढं स्थित्यंतर त्यांच्या आयुष्यात! आधी जमिनीचा भाग, मग समुद्राचा भाग आणि नंतर केवळ वाळू.

मी खाली वाकून थोडी वाळू हातात घेतली आणि त्या कणांना माझ्या हाताच्या फटीतून निसटू दिलं. त्यांच्यात मी माझं नावीन्य बघत होते. खूप उमेद आणि आश्वासक असं काही. महिन्यांपूर्वी मी जेव्हा इथे आले, तेव्हा

मी माझ्या आयुष्यालाच कंटाळले होते. प्रत्येक क्षण तासासारखा घालवत होते आणि तास दिवसासारखा. पण आता ती परिस्थिती नव्हती. मी गेला एकदाचा दिवस, असं म्हणण्याऐवजी मी आज काय काय केलं, त्याचा मनाशी हिशेब मांडत होते. काय करू शकत होते याचा विचार करत होते आणि गंमत म्हणजे मला वेळ पुरत नव्हता. सगळ्यांना दिवसांत सारखाच वेळ मिळतो, पण आपण तो घालवतो कसा हे महत्त्वाचं. मी पूर्वी कधी विचारच नव्हता केला की, दिवसाचे हे चोवीस तास मला काय काय देऊ शकतात?

फेसाळ पांढऱ्या टोप्या जणू समुद्राच्या किनाऱ्यावर सुंदर नृत्यच करत होत्या. लाटा समुद्राच्या किनाऱ्यावर फसफसत आपल्याच कैफात आपटत होत्या. माझ्याचसारख्या कसल्यातरी शोधात असल्यासारख्या आणि हवं ते मिळेतोपर्यंत स्वस्थ न बसणाऱ्या. भरतीच्या वेळी जर समुद्र न्याहाळलात, तर त्याच्या लाटांतली ताकद, शक्ती तुम्हाला जाणवेल. हाच समुद्र तुम्हाला आयुष्यातली भरती-ओहोटीची मजाही शिकवेल.

आजच्या संध्याकाळी हे सागरी उधाण एक अमूर्त असं नक्षीकामच घेऊन माझ्यासमोर आलं होतं. या नक्षीकामात शिंपले, छोटे दगड आणि कचरा सारंच होतं. हा किनारा एक कॅनव्हास होता, ज्यावर कोणी कलावंत वेगवेगळी कोलाज तयार करत होता. एक संपायच्या आत दुसरं, मग तिसरं. अनंत, अगणित. एकामागून एक येणाऱ्या लाटा कोलाज पुसून कलावंताला नवीन आव्हान देत होत्या. अनेक वर्षे अनेकांच्या, समाजाच्या, नात्याच्या, रीतींच्या नाना प्रकारच्या मागण्या पुरवता पुरवता माझी मलाच मी हरवून बसले होते. साऱ्यांना खूश ठेवता ठेवता मी मला वेगळी जडवत, घडवत गेले. आता ही सारी जडणघडणीची पुटं खरवडून काढता काढता माझ्यातल्या 'मी'ची झलक जरा दिसू लागली होती.

मी खरंच नशीबवान होते, जिला जोआनसारखी मैत्रीण मिळाली. जिने माझी प्रगती केवळ लांबूनच न्याहाळली. माझी धडपड ही केवळ माझीच राहावी, असा प्रयत्न केला. आयुष्याच्या किनाऱ्यावर भरतीच्या वेळी जे काही येईल, त्याचा सन्मान करायला शिकवला. त्यातील वेचकच गोष्टी निवडायला शिकवल्या आणि स्वत:जवळ ठेवायलासुद्धा. आता जर मी परत सगळ्यांबरोबर राहायचा बेत करत असेन, तर मला आमच्यातले मतभेद स्वीकारायला हवेत, तसंच आमच्यातलं साम्य साजरं करायला

हवं. एकंदरीत काय, माझ्या आयुष्याच्या किनाऱ्यावर जे जे लाटांबरोबर येईल, त्याचा आनंदाने स्वीकार करायला हवा.

स्वीकार ही फार मोठी ताकद आहे. स्वतंत्र वृत्तीच्या लोकांनी त्याचा आदर करायला शिकलं पाहिजे. माझ्या उरलेल्या आयुष्यात ही स्वीकारण्याची कला मला अवगत केलीच पाहिजे. समुद्राची भरती-ओहोटी जशी आपापल्या मर्जीनुसार येते, तशीच तुमच्या आयुष्यात माणसं त्यांच्या मर्जीने येत-जात असतात. या गोष्टीचं भान ठेवून, या सत्याला स्वीकारून जर आपण त्यांच्याशी वागलो, तर जास्त सुखी होऊ.

आजचा हा उबदार दिवस आता संपत आला होता. संध्याकाळचे थंडगार वारे वाहू लागले होते. टेंटमध्ये परतायला हवं होतं. जाता जाता रात्रीसाठी थोडी लाकडं गोळा करायला हवी होती. इतका सुंदर समुद्रकिनारा, फेसाळणाऱ्या लाटा काहीच सोडून जायला मन करत नव्हतं. पण हेही खरं की, केवळ भावनांवर माणूस जगू शकत नाही. ओंडके जमा करताना उजेड आणखीनच कमी होत होता; पण मला हवे तेवढे ओंडके मिळाले अन् मी टेंटकडे चालायला सुरुवात केली.

स्वत:पुरतं थोडंसं खायला बनवलं आणि समोरच्या बाजूला सूर्यास्त बघायला बसले. मी असा सूर्यास्त बघायला कधीच वेळ काढला नव्हता. पिवळा, केशरी, लाल, जांभळा आणि काळपट या रंगाच्या विविध छटा आसमंतात पसरल्या होत्या. सर्वत्र एक प्रकारची शांतता होती. माझ्यातल्या मला मी ग्लास उंचावून अभिवादन केलं आणि रात्रीचं स्वागत केलं.

माझ्या रोजनिशीत लिहिण्यासाठी मी माझ्या सामानात टॉर्च शोधू लागले. आजचा अनुभव लिहायचा होता. पण समोर नजर गेली. तो सारा आसमंत पांढऱ्याशुभ्र चंद्रप्रकाशात न्हाऊन निघत होता. टॉर्चपेक्षा या नैसर्गिक प्रकाशावरच अवलंबून राहायचं मी ठरवलं. जोआन कधीतरी म्हटल्याचं आठवत होतं – 'आपली सारी ज्ञानेंद्रिये तल्लख ठेवायची असतील, तर त्यांचा जास्तीतजास्त वापर करायला हवा'.

तेवढ्यात लाटांचा, पक्ष्यांच्या पंख फडफडण्याचा आणि जळणाऱ्या लाकडातून तडतडण्याचा आवाज झाला. मी माझे गुडघे छातीशी घेऊन त्यावर हात घट्ट बांधले. हनुवटी गुडघ्याला टेकवत एक दीर्घ श्वास घेतला. समुद्राच्या खारट पाण्यात भिजून उन्हात वाळलेली लाकडं आगीत जळत होती. त्यांचा एक तिखटसर झणझणीत वास येत होता. वाऱ्यामुळे जळणाऱ्या

लाकडांची ज्योत आणखीच भडकत होती. तो त्या ज्वालेचा नाच अतिशय विलोभनीय होता. जिवंतपणाचा, अस्तित्वाचा नाच. मी बघत होते. माझ्या नवीन जाणिवांतून निर्माण झालेली ही ज्योत मला विझू द्यायची नव्हती. त्याचं पोषण मी पंचमहाभूतांच्या जवळ राहण्यानेच होणार होतं.

या सुंदर झगमगीत रात्री आत टेंटमध्ये जाऊन झोपायची मला अजिबात इच्छा नव्हती. मी माझी स्लीपिंग बॅग घेऊन बाहेर वाळूवर जाऊन झोपले. समुद्राची गाज मला अंगाईगीत म्हणत होती. अनेक तासांनी थंडी वाजून मला जाग आली. थंडगार वाऱ्यांनी मला टेंटमध्ये जायला भाग पाडलं.

सकाळच्या उजेडाने मी आश्चर्यचकित झाले. कारण या घटकेपर्यंत मी चंद्रप्रकाशात न्हाते आहे, असं मला वाटत होतं. किती वाजले याचा काही अंदाज नव्हता, कारण मी घड्याळ बरोबर घेतलं नव्हतं. पण फटफटल्यावरून साधारणपणे साडेपाच वाजले असावेत. मी रांगत टेंटच्या बाहेर आले आणि लाकडातला अग्नी प्रज्वलित केला. त्यावर कॉफीसाठी पाणी उकळायला ठेवलं आणि आगीच्या अगदी जवळ बसले, जेणेकरून माझे ओलसर कपडे वाळावेत. मी कॉफी घेत होते आणि सील्स त्यांच्या ब्रेकफास्टसाठी मासे पकडत होते.

मी माझ्या शांत, प्रसन्न एकटेपणात पार बुडून गेले होते. एकदा जोआनने मला सांगितले होते की, alone या शब्दाचा ग्रीक भाषेत मूळ अर्थ all one असा आहे. मी तोच एकटेपणा अनुभवत होते. पूर्णतः एकांत. त्यात भर म्हणून की काय समुद्राला ओहोटी लागलेली. त्याने त्याही शांततेची भर माझ्या प्रसन्नतेत पडली. अचानक मनात समुद्रात पोहण्याचा विचार आला. पाणी थंड असण्याची शक्यता होतीच, पण पोहण्याची इच्छा तीव्र होती. कोणीतरी म्हटलं आहे ना, आपल्या मनातला आवाज आपण ऐकला पाहिजे. त्याकडे दुर्लक्ष केलं, तर तो पुन्हा ऐकू येत नाही. तो निघून जातो आणि महत्त्वाचं काही घडण्याचा, करण्याचा तो क्षण तुम्ही कायमचा हरवून बसता. मीही माझा मनातला आवाज ऐकायचं ठरवलं.

पँट काढून फक्त गुडघ्यापर्यंतच्या पाण्यात मी आधी गेले. हळूहळू पुढे जाण्याचा मोह न आवरता येण्यासारखा होता. माझ्या मांड्या पाणी बाजूला सारत होत्या. समुद्रात वाळूचे अनेक उंचवटे तयार झाले होते. मी त्या उंचवट्यावर चढले. समुद्री प्राण्यांनी तो भरला होता. मी त्याच्या मध्यावर जाऊन उभी राहिले. तो अनुभव, तो क्षण, अनंतकाळ तसाच

राहावा असं वाटत होतं. मला असं वाटत होतं की मी अनादि अनंतकाल असणाऱ्या गोष्टींमध्ये उभी आहे. त्या लाटा, ते पक्षी, सील, मासे, हा किनारा आणि अगदी मीसुद्धा चिरकाल इथेच आहोत, राहणार आहोत. मला त्या क्षणी असं वाटलं की, एका अपूर्ण स्त्रीचं हे कर्तव्य आहे की, तिने आपल्या अस्तित्वाचे आभार मानायला तिचा प्रत्येक अनुभव तिच्या आत्म्याला अर्पण करावा आणि परिपूर्णतेकडे वाटचाल करावी.

मी उंचवट्याच्या शेवटाकडे चालत निघाले तेव्हा लक्षात आलं, तो आधीच पाण्याने व्यापला आहे. आता किनाऱ्याकडे जाण्यासाठी मला पोहण्याशिवाय दुसरा पर्याय नव्हता. आता मी माझी अंडरपँट आणि टीशर्टही काढून त्या उंचवट्यावर फेकला. मागे आठवण म्हणून ठेवायला आणि पूर्णपणे विवस्त्र अवस्थेत मी किनाऱ्याकडे पोहायला सुरुवात केली. स्वतःला पूर्णपणे सागराला अर्पण करत त्याच्या लाटांवर मी तरंगत बसले. कपड्याविना शरीर मला हलकं आणि मोकळं वाटत होतं. खारट पाणी आणि वाळूचा उघड्या अंगावर होणारा स्पर्श, मन उल्हसित करत होता. माझ्या लक्षात आलं की, समुद्राच्या लाटा मला किनाऱ्यापासून दूर नेत होत्या. आता मला हात-पाय मारायलाच हवे होते. पण उघड्या शरीरावरचं लाटांचं पांघरूण दूर करवतच नव्हतं. मी माझे दोन्ही हात उघड्या मांडीच्या मधल्या भागावरून फिरवले. मनात कसलीच लहर उठली नाही. शुद्ध मोकळेपणा फक्त. किंबहुना संवेदनक्षमता आणि वैषयिकता ही आयुष्याकडे बघण्याची एक वृत्ती आहे. असं असेल का, की ती उलगडण्याची, उमलण्याची क्रिया आपण टाळतो? माझी आवडती लेखिका नॅन्सी मेयरर्स म्हणते, 'बहुतेक स्त्रिया त्यांची योनी म्हणजे एक बंद लिफाफा समजतात. पुरुषांनीच फक्त आपल्याला फुलवलं पाहिजे असं नाही, तर कधी कधी आपलं आपणच उमलायला हवं.' माझ्या या विचारातून मला एका लाटेने थप्पड मारून जागं केलं. माझं गाठोडं बांधून सागर जणू काही किनाऱ्यापर्यंत पोहोचतं करत होता. किनाऱ्यावर मी एकटीच स्वतःचं शरीर वाळवत उभी होते. माझ्या शरीराचे काही भाग, ज्यांनी कधी सूर्यप्रकाश बघितलाच नव्हता, ते जणू सूर्यप्रकाश पिऊन घेत होते. माझी आवडती लेखिका नॅन्सी मेयर म्हणते की, बहुतांश स्त्रिया त्यांचं लिंग हे एखाद्या बंद लिफाफ्यासारखं समजतात. पुरुषांनी उघडायचा लिफाफा. पण खरंच पुरुष का? माझा अवयव आहे तो. त्याची निगा मीच राखायला हवी. असो. मी कुठेतरीच भरकटत चालले की काय? या क्षणी मला मी

एखादी जलपरीच आहे असं वाटत होतं. माझी मीच मला नव्याने सापडत होते. जोआन सतत सांगते तसं, 'आपली स्वप्नं हाताशी घेऊन मोकळेपणे पोहत राहा. स्वप्नं तुझ्या आजूबाजूला तरंगत राहतील. त्यातून जीवनाला अर्थ प्राप्त होईल.'

आता दूरवर मला माझा टी-शर्ट तरंगताना दिसत होता. मला माझ्या टेंटपर्यंत पोहोचायचं होतं. पूर्वापार घातलेली कपड्यांची बंधनं आता माझ्या शरीरावर नव्हती. तो शंभर पावलांचा टेंटपर्यंतचा प्रवास मला एक नवीन आयुष्यच देऊन गेला. टेंटमध्ये घुसताच मी पँट व स्वेटशर्ट चढवला. पुन्हा बंधनात स्वत:ला जखडून घेतलं. पण मी जो सुंदर अनुभव घेतला होता, त्याने मला नक्कीच बंधनमुक्त केलं होतं. मी आता नेहमीच्या जगात जायला तयार होते.

अचानक समुद्राच्या पाण्यावर उसळलेल्या लाटांनी आणि वाऱ्याने मला दूरवरून मोटरबोट येत असल्याची सूचना दिली. मी पटापट सामान आवरलं आणि बोटीत चढले. एक वेगळीच नशा, वेगळीच धुंदी साऱ्या शरीर व मनावर पसरली होती. मी त्या जागेचा निरोप घेताना चांगलीच भावुक झाले. मूकपणे त्या किनाऱ्याला धन्यवाद देत मी बोटीत शिरले. आम्ही बऱ्याच सीलच्या मार्गातून जात होतो. मी मला मदत केल्याबद्दल त्यांचे आभार मानले. माझ्यातला 'स्व' त्यांनी जागवला होता. साधं सरळ आयुष्य जगण्याचा त्यांचा संदेश फार मोलाचा होता. दिवस जसा येईल तसा घालवावा, हेच तर त्यांनी मला शिकवलं.

मी आता दररोज स्वत:तले गुण शोधायचं, त्यांना वाखाणायचं ठरवलं होतं. कॉफी आणि वाईनबरोबरच भरपूर हास्य, चिंतन, नवीन कल्पना, नवीन साहस हे सारं आता मी करणार होते. मी स्वत:ला कठोर न बनवता मुलायम बनवायचे ठरवले होते. माझा हटवादीपणा सोडून देऊन स्वभावात जरा सौजन्य आणायला हवे होते. दुसऱ्याची मदत घेण्यापेक्षा स्वत:च शोधण्यात जास्त आनंद आहे, हे मला आता कळले होते. मला समुद्राने आलिंगन दिलं होतं. माझ्यातल्या 'मी'ची परीक्षा घेतली होती. माझ्या साऱ्या काळज्या दूर पळवून लावल्या होत्या. जुने विचार धुऊन नवीन विचार दिले होते आणि या सगळ्यामुळे माझी मीच मला सापडले होते. या सगळ्यामुळे आता नवऱ्याशी नव्याने नातं जोडणं अगदी सोपं झालं होतं.

साद

सप्टेंबर

बराच काळ एकांतवासात घालवल्यावर
प्रत्येकाला पुन्हा माणसांत यावंसं वाटतंच.
जिथे एकमेकांचे संबंध दुरावण्याची भीती असते, मृत्यूची
चिंता असते, प्रत्येकाच्या चेहऱ्यावर गतस्मृती झळकत
असतात... तरीही त्या जागी माणसाला यावंसं वाटतंच.

– Galway Kinnel 'When one has lived long time alone'

कामगारदिनी फिशमार्केटमध्ये अगदी गजबजाट असतो. सुटी घालवायला आलेले सारे पाहुणे घाईघाईने खूप आणि विविध प्रकारचे फिश विकत घेत असतात. जणू सुटीतला आनंद आपल्या बास्केटमध्ये भरून नेत असतात. सगळीकडे नुसती गडबड उडालेली असते. जो तो खरेदीत मग्न असतो. काहीजणांना मात्र ते गेल्यावर आम्ही काय करतो, हे जाणून घ्यायची उत्सुकता असते.

एकीने मी तिचा फिश मोजत असताना विचारलेच, ''वर्षभर इथं कसं असतं? काय करता तुम्ही?''

''शांत असतं नक्कीच आत्तापेक्षा. पण बाकी अनेक गोष्टी असतात करायला.''

''उदाहरणार्थ?'' जणू ती मला सांगत होती की, शहरात खूप काही करायला आहे. पण इथे?

''रिकामा समुद्रकिनारा, सायकलींसाठी रिकामे रस्ते, रेस्टॉरंटमधली शांतता, लायब्ररी, म्युझिअम्स एक ना अनेक. वेळ अपुरा पडतो.''

तिने एक रागीट नजर माझ्यावर टाकली व ती निघून गेली. मी आवराआवरीला लागले.

''मी तुझ्यासाठी खास मासे बाजूला काढून ठेवले आहेत. त्या कूलरमध्ये आहेत बघ. तुझ्या नवऱ्याचं खास स्वागत करायला. आल्यावर एकदा भेटव मला. नवरा आहे ना नक्की तुला, हे तरी कळेल.'' तो हसतच म्हणाला.

मला जरा आश्चर्यच वाटलं. महागडे फिश चक्क मला बक्षीस म्हणून?

असो. मी कामावरून जरा लवकर घरी आले. येताच अंघोळ केली. अंगाचा माशांचा वास घालवण्याचा प्रयत्न केला. ताजीतवानी होऊन मी बाहेर अंगणात खुर्ची टाकून बसले. समोरच मी काल लावलेले ट्युलिपचे कंद मातीत रुजत होते. एप्रिलपर्यंत मला त्यांना सर्वांगाने बहरलेलं पाहायचं होतं. गेला आठवडाभर वेळ मिळेल तेव्हा मी घर सफाईच्या मागे लागले होते. घर आता मनासारखं स्वच्छ झालं होतं.

माझा नवरा संध्याकाळी सहा वाजेपर्यंत येणार होता. गावातल्या एका छोट्या रेस्टॉरंटमध्ये मी त्याच्यासाठी माझ्या पैशाने पार्टी ठेवली होती. काही लोकांना पण बोलावलं होतं. मी स्वत:वरच खूश होते. थोडंसं खाऊन घेतल्यावर मला जरा झोप लागली. जाग आल्यावर घड्याळ बघितलं, तर चार वाजलेले. मला आता तयारी करायला हवी. आरशात आज मला मी वेगळीच दिसत होते. स्मार्ट, उत्साही अशी. वय दिसतच होतं, पण आरशातली स्त्री आत्मविश्वासपूर्ण वाटत होती. तेवढ्यात फोन घणघणला. नवऱ्याचाच होता. त्याच्या आवाजावरून तो इथे येण्यास बराच उत्सुक असावा असे वाटत होते.

रस्ता तसा रिकामा होता. गाडी पार्क करून मी रेस्टॉरंटमध्ये शिरले. माझ्याही आधी माझे पाहुणे तिथे हजर होते. फिश मार्केटमध्ये माझ्याबरोबर काम करणारे माझे सहकारी, एक फोटोग्राफर, एक पोस्टातली बाई, जोआन आणि जोश कहून, माझा प्लंबर आणि माझे दोन शेजारी अजून यायचे होते आणि समारंभाची उत्सवमूर्ती.

वेटरने बरेचसे स्टार्टर्स कॉम्प्लिमेंटरी म्हणून आणले. त्यासोबत आम्ही सारे गप्पा मारण्यात गुंतलो, पण लक्ष मात्र सारं दाराकडे होतं. साडेसहा वाजले तरी त्याचा पत्ता नव्हता. थोड्या वेळाने तो आला. मला जरा जास्तच वेळ आलिंगन देत तो साऱ्यांना सामोरा गेला. मी त्याची सगळ्यांशी ओळख करून देत होते. आज माझ्या नजरेला त्याच्यात फारच बदल झालेला दिसत होता. लोकांपासून अलिप्त राहणारा तो आज उत्साहाने सगळ्यांच्यात सामील झाला. खरंच निवृत्ती माणसाला इतकं बदलवते? माझा आणखी एक निवृत्त मित्र कात्री घेऊन नवऱ्याचा टाय कापता झाला. एक पारंपरिक प्रथा, निवृत्ती जाहीर करण्याची. पण नवराही न चिडता जेव्हा हास्यकल्लोळात सामील झाला, तेव्हा मात्र मी खरंच अचंबित झाले. असं वाटतंय की, गेल्या वर्षभरात आम्ही दोघांनीही

बरीच सहनशीलता दाखवली होती. नाहीतर राग आणि द्वेष आम्हाला नक्कीच विभक्त करून गेला असता. थोडा आळस आणि दमलेपण विभाजित न होण्याचं कारण झालं. हे वेगळं वेगळं राहणं आम्हाला चांगलंच हितावह ठरलं. खरं तर लग्न संपुष्टात आणायचं नव्हतं, तर स्वत:भोवती बांधलेल्या भिंती पाडायच्या होत्या.

काही दिवस आम्ही न नांगरलेल्या शिडावर होतो. त्यामुळे त्याची अस्थिरता, धक्के सहन करायलाच हवे होते. आमचे सुरुवातीच्या काळातले दिवसही काहीसे असेच होते. अस्थिर, अनिश्चित. मला आता आयुष्यात रिकामपण, सहजता मुळी नकोच होती. ज्या आरामासाठी सारे आतुर असतात, तो मला आता गुदमरवूनच टाकणार होता. आता मी उत्सुक होते ती मौजमजेत दिवस घालवण्यात, जे या घटकेला आम्ही करत होतो.

अर्थात पुढील काही महिने अगदी संथ, शांत असतील असे मुळीच नाही. पण म्हणून मी नवऱ्याच्या मागे लागून त्याला सतत विचारत बसणार नाही की, पुढील आयुष्य त्याने कसं घालवायचं ठरवलं आहे ते. मला अशा बायका अजिबात आवडत नाहीत, ज्या सतत नवऱ्यांना काहीतरी सांगत बसतात. आपल्या सेवानिवृत्त नवऱ्यांना म्हातारं करतात. मी माझ्या नवऱ्याचे विचार ऐकून घ्यायचे ठरवले होते. उगाचच आपली मतं मांडणार नव्हते. खरं तर आता या वयाला कुणीच कुणाला शिकवायची गरज नसते. आपली सारासार विचारबुद्धी व आपला अनुभव, रीतिरिवाजांना सांभाळत आपण आपली आत्मिक वाढ का खुंटवायची?

हळूहळू माणसं जाऊ लागली. आम्ही कोपऱ्यातल्या एका टेबलाशी जेवायला जाऊन बसलो. त्याने त्याच्या आवडीचे क्लॅम्प्स मागवले. मी शिंपल्या, शॅम्पेनबरोबर जेवणाचा स्वाद घेऊ लागलो. अचानक तो माझे वडील मला संबोधत तसं म्हणाला, ''मुली, आश्चर्यचकितच केलंस तू मला! पण खरंच खूप खर्च आला असेल ना या सगळ्याला?''

मला वाटतं, नवीन सेवानिवृत्त झालेल्या साऱ्याच जणांचा हा प्रश्न असतो, कारण त्यांना आता त्यांच्या आर्थिक भवितव्याची काळजी असते.

''ही पार्टी माझी होती. माझ्या मच्छीबाजारातल्या कमाईतून, तर काही माझ्या लिखाणातून आलेल्या पैशाची. आपण पूर्वी नव्हतो का

अशा पार्ट्या करत? मुलंही त्यात सहभागी होत असत आणि आज महत्त्वाचं म्हणजे, तू तुझं आयुष्य बदलण्याचा घेतलेला निर्णय. फार महत्त्वाचं आहे ते. पण मी एवढंच करू शकले माझ्या तुटपुंज्या मिळकतीतून.''

तो चेहऱ्यावरून आनंदी, समाधानी दिसत होता. दोघांमधली शांतता एकमेकांना अधिकच जवळ आणत होती.

तेवढ्यात माझा हात पकडत तो म्हणाला, ''आठवतंय तुला, जेव्हा मी तुला सांगितलं होतं की मी माझ्यातच खूश आहे, तेव्हा किती रागावली होतीस तू?''

''कशी विसरेन मी? आणि का रागावणार नाही? जर मी खूश नव्हते, तर तू कसा खूश म्हणून रागावले होते.''

''बरोबर. अर्थात मला मी काय बोलतोय त्याचा खरा अर्थ कळतच नव्हता तेव्हा. मला वाटतं, तेव्हा माझी नक्की काय इच्छा होती, ती मलाच कळली नव्हती. पण खरंच तुला माहिती आहे का, या एकटं राहण्याने अनेक गोष्टी जास्तच स्पष्ट झाल्या आहेत. मी काय हरवत होतो, ते मला एकटं राहिल्यानेच कळलं. केवळ सेक्सच नाही, तर आपण एकत्र मिळून केलेल्या अनेक गोष्टी. उगाचच हटवादीपणा आणि गंभीरपणा मला आयुष्यात काहीच देऊन गेला नाही. मला आता फार मागे जायचं आहे. आपल्या लग्नात ज्या आणाभाका आपण घेतल्या होत्या, त्या आठवायच्या आहेत. आयुष्यातली सगळी आव्हानं आपण दोघंही झेलू. तसंच ती एकेकट्याने पण झेलायला हवीत.

खरंच, आयुष्य जगणं वाटतं तितकं सोपं नाही. ते आपल्या कल्पनेपेक्षा जास्तीच वेगळं असतं आणि त्याचं गुपित म्हणजे, ते कधीच आपल्याला तरुणपणी त्याची जाणीव होऊ देत नाही.''

''हो ना, बरोबर आहे. पण जाणीव होणं महत्त्वाचं!''

माझ्या मनात आलं, या संसाररथातून उडी मारायची वेळ आता निघून गेली आहे. विभक्त झालो असतो, तर ते मुलांची लग्नं होण्यापूर्वी किंवा असं म्हणता येईल की, आम्ही खरंच प्रौढ होण्यापूर्वी. तसा विचार केला, तर आम्ही आमचं लग्न संपुष्टात आणण्याचं तसं सबळ कारण काहीच नाही.

आमचं वेगळं राहणं दोघांनाही फायद्याचंच झालं. लग्न तारण्याचा

उपाय म्हणून सेक्सचा विचार करणं हास्यास्पदच झालं. प्रत्येक लग्नात उतार-चढाव, न सुटलेली कोडी, काही खटके-झटके असतातच. त्यावर मात करायला आपण शिकलं पाहिजे. सत्याची जाणीव माणसाला सशक्त बनवते. आपल्यातले दोष जाणवून घेत आणि दुसऱ्यांच्या दोषाचा स्वीकार करत जगणं, म्हणजेच तर सहजीवन. मला खात्री आहे की, आता आम्ही दोघं एकत्र राहिलो, तर आमचा प्रत्येक दिवस उत्साही, सूर्यप्रकाशाने भरलेला असेल.

बिल टेबलावर आलं, तेव्हा मला अगदी जांभया यायला लागल्या होत्या; पण तो मात्र अजून उत्साहातच दिसत होता.

"उद्यासाठी मला एक कल्पना सुचली आहे." तो म्हणाला.

"उद्या?" या क्षणापलीकडे आता विचार करायला माझा मेंदू तयार नव्हता.

"मला तू उद्या सील दाखवशील का? मला बघायचंय, ते तुला इतके महत्त्वाचे का वाटतात? ते तुझ्याशी जसे बोलले, तसेच एखाद्या वेळेस माझ्याशीही बोलतील."

"नक्कीच. ते बोलतील तुझ्याशी." मी म्हणाले.

माझ्याचसारखा तोही आता वेगळ्या वळणावर उभा होता. मी स्वस्थ बसून त्याच्या विचारांना मान द्यायला हवा होता. त्याच्यातल्या अपूर्ण पुरुषाच्या पूर्णतेकडच्या प्रवासाला मनापासून शुभेच्छा द्यायला हव्यात. त्याच्याच कशाला, प्रत्येकाच्या पूर्णत्वाच्या प्रवासाला माझ्या मनापासून शुभेच्छा!

❖